KAPAG TILA TAHIMIK ANG DIYOS

MGA ARAL MULA KAY JOB

W. A. ALMILLA

(Tagalog Version)
WHEN GOD SEEMS SILENT
Lessons from Job

Ang aklat na ito ay isang akdang di-kathang-isip, hango sa mga salaysay sa Bibliya at mga personal na pagninilay tungkol sa buhay ni Job. Bagamat sinikap na tiyakin ang kawastuhan ng mga nilalaman, hindi nagbibigay ang may-akda ng garantiya ukol sa lubusang katumpakan o pagiging angkop ng mga nilalaman. Hinihikayat ang mga mambabasa na pag-aralan ang Kasulatan para sa mas malalim na pang-unawa.

ISBN: 979-8-3485-5292-3

PANIMULA

Ang Aklat ni Job ay isa sa pinakamalalim at pinakamakapagpapaisip na mga aklat sa Biblia. Tinutuklas nito ang matagal nang katanungan: Bakit nagdurusa ang matuwid? Isinasalaysay sa isang sinaunang panahon bago pa ang mga batas ng tipan ng Israel, inilalarawan ng kwento ni Job ang masalimuot na ugnayan ng pagdurusa ng tao, katarungan ng Diyos, at pananampalataya. Si Job, isang mayaman at matuwid na tao, ay naging paksa ng isang pagsubok sa langit nang hamunin ni Satanas ang kanyang katapatan, iginiit na naglilingkod lamang siya sa Diyos dahil sa kanyang mga pagpapala. Sa pahintulot ng Diyos, tiniis ni Job ang di-masukat na pagkalugi—naalis sa kanya ang kanyang kayamanan, kalusugan, at pamilya. Habang siya'y nakaupo sa matinding dalamhati at kawalan ng pag-asa, dumating ang kanyang tatlong kaibigan—sina Eliphaz, Bildad, at Zophar—upang ipaliwanag ang kanyang pagdurusa batay sa tradisyunal na karunungan: pinagpapala ng Diyos ang matuwid at pinarurusahan ang masasama. Gayunpaman, hindi napagaan ng kanilang mga paliwanag ang damdamin ni Job, na patuloy na ipinagtanggol ang kanyang pagiging matuwid at tinanong ang katarungan ng Diyos.

Sa huli, isang binatang nagngangalang Elihu ang nagsalita, nagbigay ng ibang pananaw—ipinahayag niya na ang pagdurusa ay maaaring isang paraan ng pagtuturo ng Diyos sa halip na parusa. Sa wakas, ang Diyos mismo ang tumugon, hindi sa pamamagitan ng pagpapaliwanag ng paghihirap ni Job, kundi sa pamamagitan ng pagpapakita ng Kanyang kapangyarihan sa buong sangnilikha. Sa kababaang-loob, nagsisi si Job at kinilala ang karunungan ng Diyos na lampas sa pang-unawa ng tao.

Sa huli, ibinalik ng Diyos ang kayamanan at kabuhayan ni Job, ipinakita na ang katapatan ay hindi kailanman nawawalan ng kabuluhan. Ang Aklat ni Job ay nagpapaalala sa atin na ang pagdurusa ay hindi palaging tanda ng hindi pagsang-ayon ng Diyos, kundi isang pagkakataon upang magtiwala sa Kanya, kahit sa gitna ng kawalang-kasiguraduhan.

Habang binabasa mo ang aklat na ito, nawa'y matagpuan mo ang kalakasan at pag-asa, sapagkat kahit tila tahimik ang Diyos, kailanman ay hindi Siya lumalayo.

KABANATA 1 - Kapag Nagdurusa ang Matuwid

Isang Pagsubok ng Pananampalataya at Pagkakaibigan

Nagsisimula ang kwento ni Job sa isang tagpo sa lupa, kung saan siya ay gumaganap bilang isang saserdote para sa kanyang sambahayan. Siya ay nag-aalay ng mga hain, tulad ng ginawa nina Abel at Noe, na nagpapakita ng kanyang pagkilala sa kahalagahan ng pagdanak ng dugo ng hayop bilang isang paraan ng paglilinis para sa kanyang mga anak—isang paunang pagpapakita ng sistemang paghahandog na itatatag sa Israel. Samantala, sa kaharian ng langit, pinupuri ng Diyos ang katuwiran ni Job, ngunit kinuwestiyon ito ni Satanas, iginigiit na ang katapatan ni Job ay dulot lamang ng kanyang kasaganaan. Bilang pagsubok, pinahintulutan ng Diyos si Satanas na alisin ang mga ari-arian ni Job at pahirapan ang kanyang katawan. Sa kabila ng matinding pagdurusa, nanatili siyang tapat sa Diyos. Dumating ang tatlong kaibigan upang aliwin siya, at ayon sa sinaunang kaugalian, sila ay nanatiling tahimik sa kanyang piling. Ngunit nang sila ay nagsimulang magsalita, nagsimula ang isang mahabang talakayan tungkol sa matagal nang katanungan: Bakit nagdurusa ang matuwid? Dahil sa matinding dalamhati, isinumpa ni Job ang araw ng kanyang kapanganakan.

Patotoo Ng Diyos Tungkol Kay Job

Sa **Job 1:8**, personal na nagpahayag ang Diyos ng pambihirang patotoo tungkol sa pagkatao ni Job:

> *"Napansin mo ba ang lingkod kong si Job?" tanong ni Yahweh. "Wala siyang katulad sa daigdig. Mabuti siyang tao, sumasamba sa akin, at umiiwas sa masamang gawain," dugtong pa ni Yahweh. - Job 1:8*

Ipinapakita ng pahayag na ito ang natatanging katuwiran, katapatan, at paggalang ni Job sa Diyos. Bagaman hindi siya perpekto, namumuhay siya nang matuwid, iniiwasan ang kasamaan, at hinahanap ang kalooban ng Diyos. Ang patotoo ng Diyos mismo ang nagpapatibay kay Job bilang isang huwaran ng pananampalataya—isang dahilan kung bakit lalong nakakapagtaka ang kanyang pagdurusa, dahil hindi ito dulot ng kanyang sariling kasalanan.

Ang Pag-unawa ni Job sa Paghahandog

Si Job ay regular na naghahandog bilang bahagi ng kanyang pagsamba at pamamagitan. Sa **Job 1:5**, nag-alay siya ng sinunog na handog para sa bawat isa sa kanyang mga anak, na nagsasabing:

> *Tuwing matatapos ang ganoong handaan, ipinapatawag ni Job ang kanyang mga anak para sa isang rituwal. Maagang bumabangon si Job kinabukasan upang mag-alay sa Diyos ng handog na sinusunog para sa kanyang mga anak dahil baka lihim na nilalapastangan ng mga ito ang Diyos at sila'y magkasala.*

Ipinapakita nito na nauunawaan ni Job ang mga hain bilang isang paraan ng pagtubos, maging para sa mga kasalanang maaaring nagawa nang hindi sinasadya. Ang kanyang kaugalian ay nagpapakita ng kanyang malalim na espirituwal na pananagutan at paggalang sa Diyos.

Sa Buong Biblia, Ang Paghahandog Ay Isang Mahalagang Bahagi Ng Pagsamba:

1. **Genesis 4:3-5** – Naghandog sina Cain at Abel, ngunit tanging ang handog ni Abel ang tinanggap ng Diyos.
2. **Genesis 8:20-21** – Nag-alay si Noe ng sinunog na handog pagkatapos ng baha, at tinanggap ito ng Diyos.
3. **Genesis 22:13** – Naghanda si Abraham na ialay si Isaac, ngunit nagbigay ang Diyos ng isang lalaking tupa bilang kapalit.
4. **Exodo at Levitico** – Itinatag ng Diyos ang sistemang paghahandog sa ilalim ng Kautusan ni Moises para sa pagtubos ng kasalanan.

Ang pagsasagawa ni Job ng paghahandog ay nauna pa sa Kautusan ni Moises, na nagpapahiwatig ng maagang pag-unawa sa **pamalit na pagtubos**—kung saan ang isang hain ay iniaalay upang hanapin ang pabor at kapatawaran ng Diyos.

Ano ang itinuturo ng teksto tungkol sa tagapag-akusa ni Job?

Siya ba ay bahagi ng "hukuman sa langit"? Paano nililimitahan ng Diyos ang kanyang kapangyarihan?

Sa Job 1:6-7, lumitaw si Satanas sa gitna ng "mga anak ng Diyos" sa harapan ng Panginoon. Ipinapahiwatig nito na mayroon siyang **access** sa hukuman sa langit, bagaman hindi siya kabilang dito sa parehong paraan ng mga anghel na tunay na naglilingkod sa Diyos.

Ang pangalang **Satanas** ay nangangahulugang **"tagapag-akusa"** o **"kalaban."** Hinamon niya ang katuwiran ni Job, iginigiit na si Job ay tapat lamang dahil sa kanyang kayamanan at kasaganaan. Sa kanyang akusasyon, ipinaparatang din niya na ang Diyos ay di-makatarungan, dahil ipinapahiwatig niyang ang mga tao ay naglilingkod sa Diyos hindi dahil sa tunay na debosyon, kundi dahil lamang sa mga gantimpalang natatanggap nila.

Ngunit Itinakda Ng Diyos Ang Malinaw Na Hangganan Sa Pagsubok Kay Job

1. **Unang limitasyon** (*Job 1:12*): Maaaring alisin ni Satanas ang lahat ng ari-arian ni Job, ngunit hindi siya maaaring saktan pisikal.
2. **Ikalawang limitasyon** (*Job 2:6*): Maaaring pahirapan ni Satanas ang katawan ni Job, ngunit hindi niya maaaring kunin ang kanyang buhay.

Ipinapakita nito na si Satanas ay may limitadong kapangyarihan at kumikilos lamang sa loob ng mga hangganang itinakda ng Diyos. Hindi siya makapangyarihan sa lahat kundi ay nasa ilalim ng kapamahalaan ng Diyos.

Paano tumugon si Job sa mga pagsubok? Ano ang itinuturo ng kanyang tugon sa mga mananampalataya?

Ang tugon ni Job ay puno ng kababaang-loob, pagsamba, at pananampalataya:

1. Matapos mawala ang kanyang kayamanan at mga anak, sa halip na sumpain ang Diyos, siya ay sumamba at nagsabi:

"Hubad akong lumabas mula sa sinapupunan ng aking ina, at hubad din akong babalik. Ang Panginoon ang nagbigay, at ang Panginoon ang bumawi; purihin ang pangalan ng Panginoon!" - Job 1:21

2. Nang magdusa siya ng matinding sakit, tinanggihan niyang sumpain ang Diyos, sa halip ay sinabi niya:

   "Tatanggap ba tayo ng mabuti mula sa Diyos at hindi ng masama?" - Job 2:10

3. Sa Job 3, ipinahayag niya ang kanyang matinding dalamhati ngunit hindi siya nagkasala laban sa Diyos. Ipinakita nito na maaaring magtaglay ng pananampalataya kahit sa gitna ng matinding kalungkutan.

Mga Aral para sa mga Mananampalataya sa Pagtugon sa Kaaway

1. Sumamba sa gitna ng pagsubok – Pinuri ni Job ang Diyos sa kabila ng kanyang pagdurusa, nagtuturo sa atin na manatiling tapat kahit hindi natin nauunawaan ang mga plano ng Diyos.

2. Kilalanin ang soberanya ng Diyos – Alam ni Job na ang lahat ng meron siya ay mula sa Diyos at ang Kanyang layunin ay lampas sa ating pang-unawa.
3. Huwag sumpain ang Diyos sa gitna ng paghihirap – Kahit hinihimok siya ng kanyang asawa, nanatili siyang tapat sa Diyos.
4. Maging tapat sa Diyos tungkol sa ating damdamin – Ang panaghoy ni Job sa Kabanata 3 ay nagpapakita na hindi kasalanan ang ipahayag ang ating sakit at paghihirap sa Diyos. Ang tunay na pananampalataya ay hindi nangangahulugang pigilan ang ating emosyon kundi dalhin ang mga ito sa Kanya.

Ang Tunay na Pagtitiwala sa Diyos

Sa huli, ipinakita ni Job na ang tunay na pananampalataya ay hindi nakabatay sa mga pangyayari kundi sa tiwala sa katangian ng Diyos.

Hinahamon tayo ng kanyang kwento na manatiling matatag sa gitna ng pagsubok, sapagkat kahit tila tahimik ang Diyos, Siya ay laging may hawak ng lahat ng bagay.

KABANATA 2 - Ang Bigat ng Pagdurusa

Ang Panaghoy ni Job para sa Katarungan at Pagpapagaan

Si Eliphaz ay naniniwala sa tinatawag na ***"teolohiya ng katarungan,"*** *kung saan ang bawat tao ay tumatanggap ng ayon sa kanilang ginawa. Hinikayat niya si Job na iharap ang kanyang kaso sa Diyos, na naniniwalang susunod dito ang disiplina at pagtutuwid mula sa Diyos. Samantala, ipinaglalaban naman ni Job ang kanyang karapatang maghinagpis at pinaninindigan ang kanyang kawalang-sala. Ipinapakita ng kanilang mga pananaw ang dalawang karaniwang reaksyon ng tao sa pagdurusa—tulad ni Eliphaz, madalas hinahanap ng mga tao ang hustisya para sa iba ngunit umaasa ng biyaya para sa kanilang sarili. Samantala, tulad ni Job, ang mga nagdurusa ay may tendensiyang kwestyunin ang kanilang kalagayan, ipagtanggol ang kanilang sarili, at umasa sa agarang kaginhawaan.*

Bagamat magkaiba ang kanilang pananaw, pareho silang walang ganap na pag-unawa sa layunin ng Diyos sa mga pagsubok ni Job. Dahil hindi nila alam ang makalangit na pag-uusap sa pagitan ng Diyos at ni Satanas, si Eliphaz ay humatol habang si Job ay nagreklamo.

Naniniwala si Eliphaz na ang Pagdurusa ay Disiplina mula sa Diyos

Nakikita ni Eliphaz ang pagdurusa ng tao bilang paraan ng Diyos upang disiplinahin at ituwid ang Kanyang mga anak. Ayon sa kanya, ang paghihirap ay hindi maiiwasan sa buhay:

Tiyak na daranas ng kahirapan ang tao,
kung paanong may tilamsik ng apoy sa apuyan. - Job 5:7

Ang payo niya kay Job ay tanggapin ang paghihirap bilang disiplina mula sa Diyos at hanapin ang Kanyang pabor:

"Mapalad ang taong dinidisiplina ng Diyos na Makapangyarihan,

ang pagtutuwid niya sa iyo'y huwag mong ipagdamdam. - *Job 5:17*

Naniniwala si Eliphaz na kung magpapakumbaba si Job at manunumbalik sa Diyos, ibabalik ng Diyos ang kanyang kayamanan at kalusugan (*Job 5:18-27*). Ang kanyang payo ay may mabuting layunin, subalit may mali—iniisip niya na lahat ng pagdurusa ay bunga ng disiplina ng Diyos at hindi isinasaalang-alang ang ibang posibleng dahilan sa paghihirap ni Job.

Naniniwala si Eliphaz na Pinaparusahan si Job

Para kay Eliphaz, ang paghihirap ng isang tao ay palaging resulta ng kanyang kasalanan. Ipinapalagay niya na si Job ay may ginawang **kasalanan o pagkakamali** kaya siya nagdurusa. Sinabi niya:

"Sapagkat hindi tumutubo ang paghihirap mula sa lupa, ni sumisibol ang kapahamakan mula sa lupang matigas." - *Job 5:6*

Ibig sabihin, naniniwala si Eliphaz na ang pagdurusa ay resulta ng kilos ng tao—na parang sinasabi niyang si Job ay may lihim na kasalanan kaya siya pinaparusahan.

Gayunpaman, hindi niya alam ang makalangit na usapan sa pagitan ng Diyos at ni Satanas (*Job 1-2*), kung saan sinabi ng Diyos na ang paghihirap ni Job ay isang pagsubok ng pananampalataya, hindi isang parusa.

Ano ang itinuturo ng ugali ni Eliphaz tungkol sa ating pagtingin sa pagdurusa ng iba?

Ang tugon ni Eliphaz ay may mahalagang aral: hindi natin dapat agad husgahan ang mga nagdurusa bilang makasalanan o pinarurusahan ng Diyos. Ang kanyang pananaw ay masyadong makitid—hindi niya isinasaalang-alang na ang pagdurusa ay maaaring:

1. Pagsubok ng pananampalataya,
2. Para sa paghubog ng pagkatao, o
3. Isang hiwaga ng plano ng Diyos na hindi natin agad mauunawaan.

Ang kanyang pag-uugali ay sumasalamin sa panganib ng maling paghatol at pagbibigay ng hindi sensitibong payo sa mga nagdurusa. Ang mga taong nagdaranas ng sakit ay kailangan ng pang-unawa, hindi paninisi. Ang karanasan ni Job ay isang babala laban sa pag-aakalang nauunawaan natin ang lahat ng dahilan ng pagdurusa ng iba.

Naniniwala si Job na May Karapatan Siyang Magreklamo

Para kay Job, may katuwiran siyang magpahayag ng kanyang hinanakit, sapagkat ang kanyang paghihirap ay labis at lampas sa kayang tiisin ng tao. Inihalintulad niya ang kanyang sakit sa "mga palaso ng Makapangyarihan" at hinangad ang kamatayan:

> *Ako'y pinana ng Diyos na Makapangyarihan, lason ng palaso'y kumalat sa aking katawan, galit ng Diyos, sa akin ay inihanay. - Job 6:4*

> *"Ibigay sana ng Diyos ang aking hinihiling, sana'y ipagkaloob niya ang aking hangarin.[9] Higit ko pang nanaisin at aking ikagagalak ang buhay na taglay ko ay bigyan na niya ng wakas. - Job 6:8-9*

Habang iniisip ni Eliphaz na ang pagdurusa ay disiplina ng Diyos, tinitingnan ito ni Job bilang isang mabigat na pasanin na walang katuwiran. Para sa kanya, hindi makatarungan ang kanyang paghihirap, at itinatanong niya kung bakit pinahihintulutan ito ng Diyos.

Itinuturo nito na hindi masama ang ipahayag ang ating sakit at magtanong sa Diyos. Ang pagiging tapat ni Job ay nagpapakita na ang tunay na pananampalataya ay hindi nangangahulugang itinatago ang ating emosyon, kundi inilalapit ang mga ito sa Diyos.

Si Job ay Nawawalan ng Pag-asa

Ang pag-asa ni Job ay nawasak sa bigat ng kanyang pagdurusa. Pakiramdam niya ay wala nang dahilan upang mabuhay at iniisip niyang iniwan siya ng Diyos:

"Ano pa ang aking lakas upang ako'y umasa? Ano pa ang hinaharap ko upang magtiyaga?" - Job 6:11

Ipinapakita nito kung paano ang matinding paghihirap ay maaaring yumanig sa pananampalataya ng isang tao at maging sanhi ng lubos na kawalang-pag-asa. Ngunit kahit sa kanyang paghihirap, hindi itinakwil ni Job ang Diyos—naghahanap lamang siya ng kasagutan.

Itinuturo nito na kahit ang pinakamalalakas na mananampalataya ay maaaring makaranas ng kawalan ng pag-asa, ngunit nananatili pa rin ang Diyos na may kontrol sa lahat ng bagay.

Nadismaya si Job sa Kanilang Maling Paghuhusga

Lubos na nadismaya si Job sa mga sinabi ng kanyang mga kaibigan. Inilarawan niya ang kanilang mga payo bilang hindi mapagkakatiwalaan, tulad ng isang tuyong batis na hindi natagpuan ng mga manlalakbay na umaasa ng tubig:

"Ngayon, kayo rin ay wala nang silbi sa akin; nakita ninyo ang aking kapighatian at kayo'y natakot." - Job 6:21

Mali ang palagay ng kanyang mga kaibigan na nagkasala siya at siya mismo ang may kagagawan ng kanyang pagdurusa. Hindi nila naunawaan na ang kanyang paghihirap ay bahagi ng isang mas malalim na

espirituwal na labanan.

Pangwakas

Sa mga kabanatang ito, makikita natin ang dalawang magkasalungat na pananaw tungkol sa pagdurusa:

1. Naniniwala si Eliphaz na ito ay disiplina ng Diyos at iniisip na may kasalanan si Job.
2. Naniniwala si Job na hindi makatarungan ang kanyang paghihirap at naghahanap ng paliwanag mula sa Diyos.

Ang bahaging ito ng Aklat ni Job ay nagtuturo sa atin na hindi lahat ng pagdurusa ay parusa ng Diyos, na dapat tayong maging maingat sa ating mga payo sa mga nagdurusa, at na inaanyayahan tayo ng Diyos na ilapit sa Kanya ang ating tunay na damdamin at katanungan.

KABANATA 3 - Maling Karunungan

Kapag Maling Nahusgahan ng mga Kaibigan at Nanatiling Lingid ang Paraan ng Diyos

Si Bildad ay naniniwala na ang pagdurusa ay bunga ng kasamaan. Ipinapalagay niya na nagkasala ang mga anak ni Job o si Job mismo kaya sila pinaparusahan ng Diyos. Pinayuhan niya si Job na taimtim na hanapin ang Diyos at mamuhay nang matuwid, na naniniwalang ito ang susi upang maibalik ang kanyang kaginhawaan at kasaganaan (Job 8:6). Gayunpaman, ang kanyang masyadong payak na pangangatwiran ay hindi nagbigay ng aliw kay Job, na ang buong buhay ay gumuho. Sa kabila ng kanyang matinding paghihirap, hinahanap ni Job ang presensya ng Diyos at nagnanais ng isang tagapamagitan.

Samantala, si Zophar ay sumali sa usapan at pinayuhan si Job na huwag magsalita ng kahangalan. Tulad ni Bildad, iginigiit niyang matatapos ang paghihirap ni Job kung tapat siyang magsisisi sa kanyang mga kasalanan.

Ngunit hindi lahat ng pagdurusa ay tuwirang bunga ng personal na kasalanan—sa Lumang Tipan, ang pagtubos sa kasalanan ay sa pamamagitan ng paghahandog. Si Job, na punong-puno ng kalituhan, pagdududa, at kawalan ng pag-asa, ay patuloy na iginigiit ang kanyang kawalang-sala. Hindi pa niya nauunawaan na ang kanyang katuwiran ay nakasalalay sa Diyos, at hindi nangangahulugan na ang pabor ng Diyos ay magbibigay ng buhay na malaya sa pagdurusa.

Ano ang pinagmumulan ng awtoridad ni Bildad?

Si Bildad ay humuhugot ng kanyang awtoridad mula sa tradisyon at sa karunungan ng mga naunang henerasyon. Hindi tulad ni Eliphaz, na nagsabing nakatanggap siya ng karunungan sa pamamagitan ng pangitain (Job 4:12-17), iginigiit ni Bildad na ang katotohanan ay nagmumula sa kasaysayan:

"Itanong mo sa mga salinlahi ng nakaraan, at alamin mo ang kanilang natutunan." - Job 8:8

Naniniwala siya na ang karanasan ng mga ninuno ang nagbibigay ng malinaw na pang-unawa sa paraan ng

Diyos sa pakikitungo sa tao. Ang kanyang pananaw ay nakabatay sa paniniwalang laging pinagpapala ang matuwid at laging nagdurusa ang masama. Dahil dito, ipinapalagay niyang nagkasala si Job.

Maling Paghatol ni Bildad na Lalong Nagpalubha sa Hinanakit ni Job

Naniniwala si Bildad na namatay ang mga anak ni Job dahil sa kanilang kasalanan at ang pagdurusa ni Job ay dahil sa kanyang sariling pagkakamali:

"Kapag ang iyong mga anak ay nagkasala laban sa Kanya, sila'y pinarusahan ayon sa kanilang kasalanan." - Job 8:4

Dahil dito, ang pananalita ni Bildad ay naging malupit at walang pakiramdam. Sa halip na aliwin si Job, sinabi niyang kung tunay ngang matuwid si Job, dapat na siyang ibalik ng Diyos sa kasaganaan:

"Kung ikaw ay dalisay at matuwid, tiyak na gigising ang Diyos upang tulungan ka at ibabalik ka sa iyong dating kalagayan." - Job 8:6

Ang kanyang makitid na pananaw ay hindi isinasaalang-alang ang ibang dahilan ng pagdurusa maliban sa kaparusahan ng kasalanan. Dahil dito, mali niyang hinusgahan si Job, na nagpalala sa kanyang dalamhati sa halip na magbigay ng kapanatagan

Ang Pag-unawa ni Job sa Diyos ang Gumabay sa Kanyang mga Tugon

Batid ni Job na ang karunungan at kapangyarihan ng Diyos ay higit sa pang-unawa ng tao. Alam niyang walang sinuman ang maaaring lumaban o makipagtalo sa Diyos:

"Paano ako makikipagtalo sa Kanya? Paano ko maihaharap sa Kanya ang aking mga pangangatwiran?" - Job 9:14

Aminado si Job na ang Diyos ay makatarungan ngunit mahiwaga—hindi palaging mahuhulaan ang Kanyang mga paraan. Hindi tulad ng kanyang mga kaibigan, na naniniwalang ang pagdurusa ay palaging bunga ng kasalanan, kinikilala ni Job na ang mga layunin ng Diyos ay maaaring lampas sa pang-unawa ng tao:

"Gumagawa Siya ng mga kamangha-manghang bagay na hindi natin kayang unawain, at hindi mabilang na mga himala." - Job 9:10

Ang pagkaunawang ito ang nagtulak kay Job na hindi sumang-ayon sa maling akusasyon ng kanyang mga kaibigan. Hindi siya gagawa ng huwad na pagkilala ng kasalanan para lamang mapatahimik sila. Sa halip, hinahangad niya ang linaw mula sa Diyos.

Hinangad ni Job ang Isang Tagapamagitan upang Dalhin ang Kanyang Kaso sa Diyos

Si Job ay nagnanais ng isang tagapamagitan—isang taong maaaring manindigan sa pagitan niya at ng Diyos upang iharap ang kanyang kaso:

"Sana'y may isang tagapamagitan sa pagitan namin, na maaaring mamagitan upang kami'y paglapitin." - Job 9:33

Nadarama ni Job na bilang isang ordinaryong tao, hindi niya kayang makipagtalo sa kadakilaan ng Diyos. Kinilala niya ang kanyang limitasyon at hinangad ang isang tagapamagitan na maaaring tulungan siyang iparating ang kanyang hinaing sa Diyos.

Itinampok ng kahilingan ni Job ang kanyang matinding pananabik sa hustisya at pang-unawa. Naniniwala siya na ang isang tagapamagitan ay kailangan sapagkat:

1. **Ang Diyos ay napakadakila at makapangyarihan** – Pakiramdam ni Job ay hindi siya karapat-dapat na diretsong ipagtanggol ang kanyang sarili sa harap ng Diyos.
2. **Nakikita ni Job ang kanyang sarili bilang walang kakayahan** – Alam niyang hindi niya "matatalo" ang Diyos sa isang usapan, ngunit nais niyang marinig ang kanyang hinaing.
3. **Naniniwala siyang ang Diyos ay makatarungan, ngunit hindi niya nauunawaan ang Kanyang mga kilos** – Hinahangad ni Job ang paliwanag, ngunit batid din niya na ang pang-unawa ng tao ay hindi maihahambing sa karunungan ng Diyos.

Pangwakas

Sa Job 8 hanggang 11, makikita natin ang malinaw na pagkakaiba ng pananaw ni Bildad at ni Job:

1. Naniniwala si Bildad na ang pagdurusa ay palaging bunga ng kasalanan, kaya inaakusahan niyang nagkasala si Job.
2. Naniniwala si Job na hindi palaging nauunawaan ng tao ang paraan ng Diyos, kaya hinahangad niyang magkaroon ng tagapamagitan upang ilapit siya sa Diyos.

Ang mga kabanatang ito ay nagpapaalala sa atin na ang karunungan ng tao ay may hangganan, at ang paraan ng Diyos ay higit pa sa ating pang-unawa. Habang maling hinusgahan ng kanyang mga kaibigan si Job, kinilala ni Job ang kapangyarihan ng Diyos, tinanong ang kanyang pagdurusa, at hinanap ang isang tagapamagitan—isang papel na kalaunan ay ginampanan ni Hesukristo bilang tagapamagitan sa pagitan ng Diyos at sangkatauhan.

Sa Panahon Ng Pagsubok, Itinuro Sa Atin Ng Kwento Ni Job Na:

1. Hindi lahat ng pagdurusa ay bunga ng kasalanan.
2. Dapat tayong maging maingat sa pagpapayo sa iba.
3. Si Job ay naghanap ng tagapamagitan, at natagpuan natin ito kay Hesus, ang ating tunay na tagapamagitan sa Diyos.

KABANATA 4 – Pagtatanggol ng Aking Kawalang Malay

Ang Pakikibaka ni Job sa Katarungan ng Diyos"

Ang tumitinding tensyon sa pag-uusap ni Job at ng kanyang mga kaibigan, kasabay ng kanyang lumalalang kalagayan, ay nagbunsod sa kanya upang matigas na tumugon. Tinawag niyang mayayabang, mapanlinlang, at mapanukso ang kanyang mga kaibigan at hinimok silang manahimik na lamang. Sa matinding sama ng loob, itinutok ni Job ang kanyang dalamhati sa Diyos, sinisisi Siya sa kanyang pagdurusa at humihiling ng paliwanag kung ano ang kanyang nagawang mali. Muli, ninais niyang mamatay upang makatakas sa sakit na kanyang tinitiis.

Si Job ay hayagang nagpahayag ng kanyang nararamdaman—mga salitang madalas hindi masabi ng iba na nagdurusa. Karaniwan, mas bukas tayong magpahayag ng ating paghihirap sa mga taong nakikita natin. Kung ang Diyos ay makikita natin nang harapan, maaaring ganito rin katapat ang ating pananalita sa Kanya. Sa pamamagitan ng kanyang mga salita sa Diyos at sa kanyang mga kaibigan, nakipagbuno si Job sa kanyang emosyon, sinusubukang unawain ang kanyang sakit. Ang Aklat ni Job ay isang daluyan para sa mga nagdurusa upang iproseso ang kanilang iniisip, harapin ang kanilang takot, at ipahayag ang matinding lungkot. Ang matapat at matapang na salita ni Job ay sumasalamin sa bawat isa na nakaranas ng pagdurusa.

Ano ang ipinapahiwatig ni Job nang akusahan niya ang kanyang mga kaibigan ng mapanlinlang na pagtatanggol sa Diyos?

Pinagsabihan ni Job ang kanyang mga kaibigan dahil sa kanilang maling pangangatwiran sa pagtatanggol sa Diyos. Sinabi niyang binabaluktot nila ang katotohanan sa pag-aakalang lahat ng pagdurusa ay bunga ng kasalanan:

Bakit ba kayo'y nagsasalita ng di katotohanan?
Makatutulong ba sa Diyos ang inyong
kasinungalingan?- Job 13:7

Ibig sabihin, ipinipilit ng kanyang mga kaibigan ang isang simpleng pananaw—na ang masama lamang ang nagdurusa at ang matuwid ay pinagpapala. Sa pamamagitan ng pagsasabing si Job ay makasalanan, hindi lang nila siya maling hinusgahan, kundi maling inilalarawan din ang katarungan ng Diyos.

Ito ay isang babala laban sa maling paggamit ng teolohiya upang ipaliwanag ang pagdurusa. Minsan, sa ating pagsisikap na "ipagtanggol" ang Diyos, nagagawa nating baluktutin ang katotohanan at mas lalo pang makasakit sa iba.

Ano ang sabi ni Job tungkol sa kanilang walang kabuluhang payo? Anong mga walang kabuluhang pahayag ang madalas ginagamit ngayon?

Pinuna ni Job ang kanyang mga kaibigan dahil sa kanilang mababaw at walang kabuluhang payo:

Mga kasabihan ninyo'y walang silbi tulad ng abo, singhina ng putik ang mga katuwiran ninyo. - Job 13:12

Ikinumpara niya ang kanilang mga salita sa kasabihang walang laman (empty chatter) at sa marupok na pader.

Para sa kanya, ang kanilang pangangatwiran ay walang halaga at hindi talaga tumutulong sa kanya—sa halip, lalo lang nilang pinapahirap ang kanyang sitwasyon.

Mga Karaniwang Mababaw na Pahayag Kapag May Nagdurusa

Tulad ng mga kaibigan ni Job, marami ring ginagamit na simpleng sagot ang mga tao ngayon upang aliwin ang nagdurusa:

1. **"Lahat ng bagay ay may dahilan."** - *Bagamat totoo ito sa pangkalahatan, hindi ito palaging nakakapagpagaan ng pakiramdam sa panahon ng pagdurusa.*
2. **"Hindi ka bibigyan ng Diyos ng pagsubok na hindi mo kayang dalhin."** - *Ito ay maling interpretasyon ng Kasulatan—minsan, ang pagsubok ay napakalaki kaya kailangan natin ng tulong mula sa Diyos.*
3. **"Magtiwala ka lang, gagaan din ang lahat."** - *Nagpapahiwatig ito na kulang ang*

pananampalataya ng nagdurusa, sa halip na tunay na aliwin sila.

Ang pagkadismaya ni Job ay isang paalala sa atin—kapag may nagdurusa, higit nilang kailangan ang ating presensya, pang-unawa, at katapatan, hindi mababaw at gasgas na mga salita.

Dalawang Bagay na Hiningi ni Job sa Diyos Bago Siya Makipag-usap sa Kanya

Nanalangin si Job sa Diyos ng dalawang bagay bago siya handang humarap sa Kanya:

1. **Alisin ang kanyang matinding paghihirap.**

   Mayroon akong dalawang kahilingan,
   at ako'y di magtatago kung iyong papayagan.
   [21] *Itigil mo na itong pagpaparusa sa akin, at sa takot ay huwag mo akong patayin.* - *Job 13:20-21*

   Lubhang nagdurusa si Job at pakiramdam niya ay masyadong mabigat ang kamay ng Diyos sa kanya. Nais niyang makaranas ng kahit kaunting ginhawa upang malayang makapagsalita.

2. **Bigyan siya ng pagkakataong makipag-usap sa Diyos nang walang takot.**

"Ikaw ang tumawag, at ako'y sasagot, o hayaan mong ako ang magsalita, at ikaw ang sumagot." - Job 13:22

Nais ni Job ng patas na pagdinig mula sa Diyos. Gusto niyang iharap ang kanyang kaso o kaya'y marinig mismo mula sa Diyos ang kasagutan. Ipinapakita ng mga kahilingang ito ang matinding pagnanais ni Job na magkaroon ng personal na ugnayan sa Diyos, sa halip na tanggapin lamang ang maling paliwanag ng kanyang mga kaibigan.

Nagpahayag ng Pag-asa si Job Tungkol sa Muling Pagkabuhay

Nagpahayag si Job ng pag-aalinlangan tungkol sa buhay pagkatapos ng kamatayan:

Ngunit ang tao kapag namatay, iyon na ang kanyang katapusan, pagkalagot ng kanyang hininga, saan naman kaya siya pupunta? - Job 14:10

Sa puntong ito, si Job ay nakikipagbuno sa kawalan ng katiyakan—wala pa siyang malinaw na pang-unawa tungkol sa muling pagkabuhay na ipinahayag sa Bagong Tipan. Gayunpaman, ipinapahayag niya ang isang panimulang pag-asa:

Kung ang tao ay mamatay, siya kaya'y muling mabubuhay? Ngunit para sa akin, paglaya ko sa hirap ay aking hihintayin. - Job 14:14

Iniisip niya ang isang panahon kung kailan tatawagin siya ng Diyos pabalik sa buhay:

Ikaw ay tatawag at ako'y sasagot,
sa iyong nilikha, ikaw ay malulugod. - Job 14:15

Ipinapahiwatig nito na si Job ay may panloob na pag-asa na ang Diyos ay may plano para sa kanya kahit matapos ang buhay sa mundo.

Pinagdudahan ni Job ang Katarungan ng Diyos Dahil sa Kanyang Paghihirap

Dahil sa kanyang paghihirap, nagdalamhati si Job sa tila pagiging malupit ng buhay at kinuwestiyon ang katarungan ng Diyos:

1. **Pakiramdam niya ay kinalimutan siya:**

   "Kung paanong inuukit ng tubig ang mga bato at ang agos nito'y bumabawas sa alikabok ng lupa, gayundin ang tao—winawasak mo ang kanyang pag-asa." - Job 14:19

   Sa talatang ito, ginagamit ni Job ang imahe ng tubig na unti-unting nag-uukit sa bato bilang paglalarawan sa kung paano nawawasak ang pag-asa ng tao sa harap ng patuloy na paghihirap at pagsubok. Ipinapahayag nito ang kanyang matinding kalungkutan at pakiramdam ng kawalan ng pag-asa sa gitna ng kanyang pagdurusa.

2. **Nag-alala siya kung may halaga pa ang kanyang buhay:**

   "Ang mga araw ng tao ay nabibilang, ang kanyang mga buwan ay itinakda mo na; itinakda

mo ang kanyang hangganan na hindi niya maaaring lampasan." - Job 14:5

Sa talatang ito, kinikilala ni Job na ang buhay ng tao ay may takdang panahon na itinakda ng Diyos. Ipinapakita nito na ang haba ng ating buhay ay nasa ilalim ng soberanya ng Diyos, at walang sinuman ang maaaring lumampas sa itinakdang hangganan Niya.

3. **Napagtanto niyang maikli at puno ng paghihirap ang buhay**

"Maikli at puno ng kaguluhan ang buhay ng tao, isinilang siyang may hangganan ang kanyang mga araw." - Job 14:1

Sa talatang ito, ipinapahayag ni Job ang kahinaan at panandaliang katangian ng buhay ng tao. Ipinapakita nito na ang buhay ay maikli at puno ng pagsubok, isang realidad na dapat nating maunawaan habang nagtitiwala sa Diyos.

Pangwakas

Sa Job 12-14, nakita natin si Job bilang isang taong hindi nauunawaan ng kanyang mga kaibigan, sinusubukang bigyang-kahulugan ang kanyang pagdurusa, at nagnanais ng sagot mula sa Diyos.

1. Huwag nating ipagtanggol ang Diyos gamit ang maling pangangatwiran o mababaw na sagot.
2. Inaanyayahan tayo ng Diyos na ipahayag ang ating tunay na damdamin sa Kanya.
3. Kahit sa matinding pagdurusa, may bahid pa rin ng pag-asa si Job sa Diyos.

Sa huli, ang hinahangad ni Job—isang tagapamagitan sa pagitan ng Diyos at ng tao—ay natupad sa Panginoong Hesukristo.

KABANATA 5 - Ang Bigat ng Maling Paratang

Pakikibaka Laban sa Matinding Paghatol

Tulad ng marami, nahihirapan si Eliphaz na unawain ang tapat at masidhing pagpapahayag ng damdamin. Iwinawaksi niya ang matinding pananalita ni Job bilang "walang kabuluhang usapan" (Job 15:3), at itinuturing itong bunga ng personal na kasalanan. Sa halip na magpakita ng pang-unawa, pinaninindigan niya ang paniniwalang natatanggap ng tao ang nararapat sa kanya—iginiit niyang ang mga natatakot sa Diyos ay may mabuting dahilan upang matakot.

Sa matinding sakit ng loob, matapang na tinugon ni Job ang kanyang mga kaibigan. Sinabi niyang kung magkabaligtad ang kanilang kalagayan, magbibigay siya ng kaaliwan sa halip na paninisi. Pakiramdam niya ay iniwan siya ng Diyos, kaya mali niyang inakala na hindi siya mahal ng Diyos at muli siyang humiling ng isang tagapamagitan (Job 16:21; tingnan din ang 9:33). Walang sinumang tao ang ganap na nakakaunawa sa plano ng Diyos, kaya madaling mahulog sa maling panghuhusga. Ang matinding pagdurusa ay maaaring magpadilim sa ating pananaw sa Diyos at sa ating sarili. Bagamat hinimok ni Job ang kanyang mga kaibigan na manahimik, maaaring nakatulong din sa kanya kung siya mismo ay nagpakatahimik sa ilang pagkakataon.

Paano Tumugon si Eliphaz sa mga Akusasyon ni Job laban sa Kanya at sa Kanyang mga Kaibigan?

Sa halip na magbigay ng aliw, lalo pang pinaigting ni Eliphaz ang kanyang mga akusasyon laban kay Job. Imbes na unawain ang kanyang kalagayan, kinastigo niya si Job dahil sa matapang nitong pananalita laban sa kanyang mga kaibigan at sa Diyos:

1. Inakusahan niya si Job ng kayabangan at walang kabuluhang pananalita:

   "Maaari bang magmalaki ang taong marunong kung puro hangin lamang ang kanyang sinasabi?" - Job 15:2

2. Sinabi niyang ang sariling mga salita ni Job ang humahatol sa kanya:

"Ang sarili mong bibig ang humahatol sa iyo, hindi ako; ang sarili mong mga labi ang nagpapatunay laban sa iyo." - Job 15:6

3. Ipinilit niya na nagdurusa si Job dahil sa kasalanan at nagbabala na ang masama ay laging hahantong sa pagkawasak.

Hindi matanggap ni Eliphaz na walang kasalanan si Job. Sa halip, itinuturing niyang patunay ng kasalanan ni Job ang kanyang pagdurusa, pinanindigan ang maling paniniwala na laging pinarurusahan ng Diyos ang masama at ginagantimpalaan ang matuwid sa buhay na ito.

Si Eliphaz ay Umaasa sa Tradisyon Upang Unawain ang Diyos, Ngunit Minsan ay Hindi Ito Ganap na Mapagkakatiwalaan

Umaasa si Eliphaz sa tradisyunal na karunungan ng mga naunang henerasyon:

"Pakinggan mo ako, at ituturo ko sa iyo ang aking nalalaman. Sasabihin ko ang aking nakita, ayon sa itinuro ng marurunong na hindi itinago ng kanilang mga ninuno." - Job 15:17-18

Sa talatang ito, ipinagmamalaki ni Eliphaz ang kanyang kaalaman at karanasan, na sinasabing ang kanyang sasabihin ay batay sa karunungan ng mga ninuno. Ginagamit niya ito bilang batayan upang patunayan ang kanyang paniniwala na ang mga nagdurusa ay pinarurusahan dahil sa kanilang kasalanan. Gayunpaman, hindi niya nauunawaan ang tunay na dahilan ng pagdurusa ni Job.

Ang Kanyang Pananaw Ay Batay Sa Makitid Na Interpretasyon Ng Katarungan Ng Diyos:

1. Pinagpapala ang matuwid.
2. Nagdurusa ang masama.
3. Kaya, tiyak na nagkasala si Job.

Bakit minsan ay hindi ganap na mapagkakatiwalaan ang tradisyon?

1. **Hindi laging kumpleto ang tradisyon** – Hindi nakita nina Eliphaz at kanyang mga kaibigan na ang katarungan ng Diyos ay hindi palaging agad-agad na ipinapakita. Minsan, nagdurusa ang

matuwid para sa mga dahilan na lampas sa pang-unawa ng tao.

2. **Ang tradisyon ay maaaring nakabatay sa maling haka-haka** – Hindi porke't ipinasa mula sa henerasyon hanggang henerasyon ay awtomatikong tama. Hindi isinasaalang-alang ni Eliphaz na ang paghihirap ay maaaring isang pagsubok, hindi isang parusa.
3. **Ang paraan ng Diyos ay mas malalim kaysa sa tradisyon ng tao** – Naiintindihan ni Job na mas malawak ang katarungan ng Diyos kaysa sa simpleng paniniwalang "ang mabuti ay laging gagantimpalaan at ang masama ay laging mapaparusahan."

Mahalaga ang tradisyon, ngunit dapat nating salain ito ayon sa buong katotohanan ng Salita ng Diyos at sa Kanyang likas na pagkatao.

Paano Inilarawan ni Job ang Diyos sa Bahaging Ito?

Habang nahihirapan si Job sa kanyang pagdurusa at sa masasakit na pananalita ng kanyang mga kaibigan, nagkaroon siya ng magkasalungat na pananaw sa Diyos:

1. **Makapangyarihan ang Diyos ngunit tila laban sa kanya:**

   "Pinunit niya ako sa matinding galit at ako'y kinapopootan. Ang kanyang mga ngipin ay nagngangalit laban sa akin; itinutuun ng aking kaaway ang kanyang matatalas na titig sa akin." - Job 16:9

2. **Pakiramdam niya ay pinabayaan at ipinagkanulo siya ng Diyos:**

   "Ipinagkatiwala ako ng Diyos sa kamay ng masasama, ibinigay niya ako sa kamay ng masama." - Job 16:11

3. ***Ngunit naniniwala pa rin siya sa katarungan ng Diyos at umaasa sa isang saksi sa langit:***

   "Maging ngayon, naroon sa langit ang aking saksi, nasa itaas ang aking tagapagtanggol." - Job 16:19

Sa kabila ng matinding dalamhati, hindi tuluyang itinakwil ni Job ang Diyos. Sa halip, nananalangin siya para sa isang tagapamagitan—isang naghahayag ng papel na kalaunan ay ginampanan ni Hesukristo, ang tunay na Tagapamagitan sa pagitan ng Diyos at sangkatauhan.

Paano Hinarap ni Job ang Kanyang Kawalan, Kahihiyan, at mga Maling Paratang?

Si Job ay dumaan sa napakalalim na kalungkutan, kahihiyan, at maling akusasyon, subalit matatag siyang tumugon sa tatlong paraan:

1. **Ipinahayag niya nang tapat ang kanyang sakit sa Diyos** – Hindi niya itinago ang kanyang emosyon kundi buong tapang niyang inihayag ang kanyang lungkot.
2. **Patuloy siyang humingi ng hustisya sa Diyos** – Kahit pakiramdam niya ay iniwan siya, patuloy siyang umaasa sa kasagutan ng Diyos.
3. **Pinagsabihan niya ang kanyang mga kaibigan sa kanilang kalupitan** – Matapang niyang sinabi sa kanila:

"Hanggang kailan ninyo ako pahihirapan at dudurugin ng inyong mga pananalita?" - Job 19:2

Sa talatang ito, ipinapahayag ni Job ang kanyang matinding hinanakit sa kanyang mga kaibigan, na sa halip na aliwin siya ay lalo pang nagpapabigat sa kanyang paghihirap sa pamamagitan ng kanilang masasakit na salita. Ipinapakita nito kung paano naramdaman ni Job ang pagkakahiwalay at kawalan ng pang-unawa mula sa mga taong dapat sana'y nagbibigay sa kanya ng suporta.

Sa kabila ng lahat, kumapit pa rin si Job sa kanyang pag-asa sa katarungan ng Diyos. Ipinakita niya na kahit sa gitna ng pagdurusa, hindi kailangang maunawaan natin ang lahat upang patuloy tayong magtiwala sa Diyos.

Pangwakas

Sa Job 15-18, nakita natin ang matinding banggaan ng pangunawa ng tao at ng misteryo ng Diyos:

1. Umasa sina Eliphaz at Bildad sa maling interpretasyon ng tradisyon, iniisip na ang pagdurusa ni Job ay tanda ng kasalanan.
2. Nakipagbuno si Job sa matinding dalamhati, ngunit patuloy siyang umasa sa isang tagapagtanggol sa langit.
3. Sa halip na magbigay ng tunay na kaaliwan, nagdulot lamang ng mas malaking sakit ang kanyang mga kaibigan—isang paalala na dapat tayong maging maingat sa ating mga salita sa harap ng paghihirap ng iba.

Sa huli, ipinapakita ng mga kabanatang ito na ang katarungan ng Diyos ay higit pa sa ating pang-unawa, at kahit sa katahimikan, Siya ay patuloy na kumikilos.

KABANATA 6 - Ang Aking Manunubos ay Buhay

Pagtangan sa Pananampalataya sa Gitna ng Kawalang-Katarungan

*Sa **Job 19**, ipinaabot ni Job ang kanyang matinding dalamhati, sapagkat pakiramdam niya ay tinalikuran siya ng kanyang mga kaibigan at ng Diyos. Nagsusumamo siya para sa kaawaan at nagdadalamhati dahil sa kanyang pagdurusa. Gayunpaman, sa kabila ng lahat, kanyang ipinahayag ang isang matibay na pananampalataya:*

> *"Ngunit alam kong buhay ang aking Tagapagligtas, at sa wakas ay magtatayo siya sa ibabaw ng lupa." - Job 19:25*

*Sa **Job 20**, sumagot si Zofar, na sinasabing ang masasama ay maaaring magtagumpay sa maikling panahon, ngunit sa huli ay tiyak na haharap sa hatol ng Diyos. Naniniwala siya na ang kasalanan ay laging* *nagbubunga ng kapahamakan at walang puwang para sa pagiging inosente ni Job.*

Sa ***Job 21****, tinutulan ni Job ang pananaw ni Zofar at itinuro na maraming masasama ang namumuhay nang mahaba at sagana nang hindi agad hinahatulan. Ipinakita niya na hindi palaging nangangahulugan ang pagdurusa ng isang tao na siya ay may kasalanan. Hindi laging nasasaklaw ng pang-unawa ng tao ang katarungan ng Diyos.*

Ano ang mga paratang ni Job laban sa Diyos?

Sa gitna ng kanyang paghihirap, naramdaman ni Job na ang Diyos ay tumalikod sa kanya at naging parang isang kaaway:

1. **Pakiramdam niya ay hindi siya dinirinig ng Diyos:**

    "Ako'y dumaing, 'Karahasan!' ngunit walang tumutugon; humihingi ako ng katarungan, ngunit walang hustisyang dumarating." - Job 19:7

Sa talatang ito, ipinapahayag ni Job ang kanyang matinding panlulumo dahil pakiramdam niya ay walang nakikinig sa kanyang daing para sa katarungan. Nararamdaman niyang iniwan siya ng Diyos at ng tao, at sa kabila ng kanyang paghihirap, walang lumalapit upang siya'y ipagtanggol o bigyan ng hustisya. Ipinapakita nito ang kanyang pakiramdam ng kawalan ng pag-asa at matinding pagdurusa.

2. **Tila tinanggal ng Diyos ang kanyang dangal at iniwan siyang walang magawa:**

"Inalis niya ang aking dangal, kinuha ang korona sa aking ulo." - Job 19:9

Sa talatang ito, ipinapahayag ni Job ang kanyang matinding paghihirap at pagkawala ng karangalan. Pakiramdam niya ay tinanggal ng Diyos ang lahat ng kanyang dignidad at kapangyarihan, tulad ng isang hari na inalisan ng kanyang korona. Ipinapakita nito ang kanyang malalim na kalungkutan at damdamin ng pagiging walang halaga sa gitna ng kanyang mga pagsubok.

3. **Hinadlangan ng Diyos ang kanyang daan at winasak ang kanyang pag-asa:**

"Pinagbaraan niya ng daan ang aking daraanan, kaya't wala akong malakaran; binalot niya ng kadiliman ang aking landas." - Job 19:8

Sa talatang ito, ipinapahayag ni Job ang kanyang pakiramdam na parang hinadlangan ng Diyos ang lahat ng kanyang daan, kaya wala siyang matakasan o patutunguhan. Pakiramdam niya ay wala siyang pag-asa at hindi niya makita ang liwanag sa gitna ng kanyang paghihirap. Ipinapakita nito ang kanyang kawalan ng direksyon at matinding pagsubok sa pananampalataya.

4. **Ang kanyang pamilya at mga kaibigan ay lumayo sa kanya:**

"Iniwan na ako ng aking mga kapatid, kinalimutan na ako ng aking mga kaibigan." - Job 19:14

Sa talatang ito, ipinapahayag ni Job ang kanyang matinding kalungkutan at pakiramdam ng pagiging pinabayaan. Ang mga taong malalapit sa kanya—mga kapatid at kaibigan—na dati niyang maaasahan, ay lumayo at tinalikuran siya sa panahon ng kanyang matinding paghihirap. Ipinapakita nito ang kanyang pagkakahiwalay at kawalan ng suporta mula sa kanyang komunidad.

Naranasan mo na bang magtanong o magreklamo sa Diyos sa gitna ng pagsubok?

Maraming mananampalataya ang nakararanas ng sandali ng pag-aalinlangan sa gitna ng matinding pagsubok. Tulad ni Job, maaaring maramdaman nating tayo'y nakalimutan ng Diyos. Ngunit ang kwento ni Job ay nagtuturo sa atin na kahit ipahayag natin ang ating hinaing sa Diyos, hindi Niya tayo tinatakwil. Sa halip, inaanyayahan Niya tayong ilapit sa Kanya ang ating sakit at mga tanong.

Hiniling Ni Job Ang Awa At Pang-Unawa Mula Sa Kanyang Mga Kaibigan

Sa halip na hatulan siya, nais ni Job na ipakita ng kanyang mga kaibigan ang habag at pagkaunawa:

"Kaawaan ninyo ako, mga kaibigan ko, kaawaan ninyo ako, sapagkat ang kamay ng Diyos ang tumama sa akin." - Job 19:21

Sa talatang ito, nagsusumamo si Job sa kanyang mga kaibigan na ipakita ang awa at habag sa halip na hatulan siya. Pakiramdam niya ay ang paghihirap na kanyang dinaranas ay mula sa Diyos, kaya't humihingi siya ng kaunting pang-unawa at pagkalinga mula sa kanyang mga kaibigan. Ipinapakita nito ang kanyang matinding pagdadalamhati at pagnanais ng suporta mula sa mga taong dapat sana'y nasa kanyang tabi sa panahon ng pagsubok.

Aral: Kapag may taong dumaranas ng pagsubok, higit nilang kailangan ang pagdamay at pang-unawa, hindi panghuhusga.

Ipinahayag ni Job ang kanyang pananampalataya

Sa kabila ng kanyang paghihirap, ipinahayag ni Job ang isa sa pinaka makapangyarihang pahayag ng pananampalataya sa Bibliya:

"Ngunit alam kong buhay ang aking Tagapagligtas, at sa wakas ay magtatayo siya sa ibabaw ng lupa. Kahit ang balat ko'y masira at ang laman ko ay maubos, makikita ko ang Diyos." - Job 19:25-26

Ipinapakita nito na:

1. May Manunubos na darating – May isang tatayo upang ipagtanggol siya at ipanumbalik ang katarungan.
2. Makikita niya ang Diyos kahit matapos ang buhay na ito – Mayroon siyang pag-asang makakasama niya ang Diyos magpakailanman. Ito ay isang pahiwatig sa muling pagkabuhay at tumuturo sa pagtubos ni Jesucristo.

Paano ito naiiba sa pananaw ni Job tungkol sa kabilang buhay?

Sa **Job 14:10-15**, si Job ay hindi tiyak kung ano ang mangyayari pagkatapos ng kamatayan:

"Ngunit ang tao ay namamatay at nawawala; siya'y nalalagutan ng hininga, at saan na siya naroon?" - Job 14:10

Ngunit sa Job 19:25-27, nagkaroon siya ng matibay na pananampalataya na makikita niya ang Diyos pagkatapos ng kanyang kamatayan.

> *"Ngunit alam kong buhay ang aking Tagapagligtas, at sa wakas ay magtatayo siya sa ibabaw ng lupa. Kahit ang balat ko'y masira at ang laman ko ay maubos, makikita ko ang Diyos. Siya'y aking makikita, makikita ng aking sariling mga mata. Ako mismo ang makakakita sa kanya, at hindi iba! Ang pag-asang ito ang nagpapalakas sa aking loob." - Job 19:25-27*

Aral: Kahit sa gitna ng pagsubok, maaaring lumago ang pananampalataya at pag-asa ng isang tao.

Pagkakaiba Ng Pananaw Nina Zofar At Job Tungkol Sa Masasama

1. **Zofar (Job 20)**

   Naniniwala siya na ang masasama ay mabilis na pinarurusahan:

"Sapagkat ang kagalakan ng masama ay panandalian lamang, at ang tuwa ng hindi maka-Diyos ay sandali lamang magtatagal." - Job 20:5

2. **Job (Job 21)**

Nakita niya na maraming masasama ang namumuhay nang sagana at hindi agad hinahatulan:

"Bakit ang mga makasalanan ay patuloy na nabubuhay, tumatanda, at lalong yumayaman?" - Job 21:7

Sa talatang ito, itinatanong ni Job kung bakit tila pinagpapala ang masasama habang ang matuwid ay nagdurusa. Taliwas ito sa paniniwala ng kanyang mga kaibigan na ang kasamaan ay agad na pinarurusahan. Ipinapakita nito ang paghahanap ni Job ng sagot tungkol sa katarungan ng Diyos. Itinatanong niya kung bakit may mga taong makasalanan na tila hindi agad nakakaranas ng parusa. Ipinapahayag nito ang isang pangkaraniwang tanong ng maraming tao tungkol sa kung bakit ang masasama ay patuloy na nagtatamasa ng tagumpay. Sa kabila ng kanyang pag-aalinlangan, hindi tinalikuran ni Job ang Diyos kundi hinanap niya ang Kanyang tunay na katarungan.

Aral: Ang katarungan ng Diyos ay hindi palaging agad na naipapatupad sa paningin ng tao.

Paano ka tumutugon kapag nakikita mong ang masasama ay umuunlad?

"Nang aking makita ang kasaganaan ng masasama, ako'y nanibugho sa kanilang kaginhawahan." - Awit 73:3

Ngunit tinuturo ng **Job 21 at Awit 73** na:

1. Ang katarungan ng Diyos ay hindi palaging agad-agad
2. Dapat tayong magtuon sa walang hanggang gantimpala
3. Ang tunay na kapayapaan ay nagmumula sa pagtitiwala sa Diyos.

Pangwakas

Sa **Job 19-21**, ipinakita ni Job ang paglipat mula sa kawalang-pag-asa patungo sa matibay na pananampalataya.

Tandaan:

1. Ang Diyos ay makatarungan, ngunit hindi natin palaging nauunawaan ang Kanyang plano.
2. Ang tunay na gantimpala ay hindi sa mundong ito kundi sa walang hanggan.
3. Kahit sa matinding pagsubok, makapanghahawak tayo sa Diyos.

"Ngunit alam kong buhay ang aking Tagapagligtas, at sa wakas ay magtatayo siya sa ibabaw ng lupa." - Job 19:25

KABANATA 7 - Baluktot na Katarungan

Mga Paratang, Pagdadalamhati, at Kadakilaan ng Diyos

Ipinakita ng mga salita ni Eliphaz ang kanyang maling pagkaunawa sa pagdurusa. Matibay ang kanyang paniniwala na ang matuwid ay hindi nagdurusa, kaya't inisip niyang tiyak na may kasalanan si Job. Pinaniniwalaan niyang ang paghihirap ni Job ay bunga ng kanyang pagkukulang sa paggawa ng mabuti sa iba. Dahil dito, pinayuhan niya si Job na magbalik-loob sa Diyos upang makamit ang kapayapaan.

Gayunpaman, nang suriin ni Job ang kanyang sarili, nakikita niya ang kanyang kawalang-malay, samantalang ang kanyang mga kaibigan ay patuloy siyang hinahatulan. Habang dumarami ang mga paratang, nananatiling tahimik ang Diyos. Napansin ni Job na ang masasama ay tila nagtatamasa ng kasaganaan at pagpapala, samantalang siya ay pinagmumukhang isinumpa. Samantala, iginiit ni Bildad na walang sinuman ang tunay na walang sala sa harapan ng Diyos. Sa huli, ang kanilang pag-uusap ay hindi nagdulot ng totoong tulong kay Job—nagsasalita siya mula sa kanyang sakit, habang ang kanyang mga kaibigan ay umaasa lamang sa tradisyon at pansariling karanasan. Ang bawat isa sa kanila ay nagsalita ng mga bahagyang katotohanan, sapagkat wala silang ganap na kaalaman sa kalooban ng Diyos.

Ano ang mga tiyak na kasalanang ibinintang ni Eliphaz kay Job, at ano ang kanyang payo upang maibalik ang relasyon ni Job sa Diyos?

Maling inakusahan ni Eliphaz si Job ng mabibigat na kasalanan, sa paniniwalang ang kanyang pagdurusa ay resulta ng kanyang kasamaan. Inihayag niyang si Job ay nagkasala sa mga sumusunod:

1. **Pagsasamantala sa mahihirap**

> *"Pinapawi mo ang damit ng mga taong walang kasalanan, at inaagawan mo ng damit ang mga mahihirap" - Job 22:6*

2. **Pagpapabaya sa mga balo at ulila**

"Hindi mo binigyan ng tubig ang nauuhaw, at pagkain sa nagugutom" - Job 22:7

3. **Pananamantala sa mga nangangailangan**

"Pinaalis mong walang dala ang mga biyuda, at niyurakan mo ang karapatan ng mga ulila." - Job 22:9

Ang Solusyon ni Eliphaz:

Pinayuhan niya si Job na magsisi at magpasakop sa Diyos, at ipinangakong ibabalik ng Diyos ang kanyang kalagayan:

"Makipagkasundo ka sa Diyos at mapayapa ka, at sa gayo'y sasaiyo ang kasaganaan" - Job 22:21

Ngunit mali si Eliphaz—hindi nagdurusa si Job dahil sa kasalanan, kundi dahil siya ay dumadaan sa isang pagsubok na hindi kayang abutin ng pang-unawa ng tao.

Paano nagpapakita ang tugon ni Job sa karanasan ng mga taong pinagbintangan ng hindi nila ginawa?

Ang sagot ni Job ay nagpapakita ng sakit at kawalang-pag-asa na nararanasan ng mga taong napagbintangan ng kasalanang hindi nila ginawa:

1. **Hinahangad niyang maipagtanggol ang kanyang sarili sa harap ng Diyos**

"Kung nalalaman ko lang kung saan siya matatagpuan, pupunta ako sa kanyang kinaroroonan." - Job 23:3

→ Maraming tao ang nagnanais ng katarungan kapag napagbibintangan nang hindi totoo.

2. **Pinanininindigan niyang siya ay walang kasalanan ngunit pakiramdam niya ay hindi siya naririnig**

"Sinunod ko ang kanyang mga utos at hindi tinalikuran, higit pa sa pagkain, ang salita niya'y iningatan." - Job 23:12

→ Ipinapakita nito ang emosyonal na bigat ng hindi pagkakaunawa ng iba sa isang taong walang sala.

3. **Pakiramdam niya ay malayo ang Diyos sa kanya**

> *"Kung pupunta ako sa silangan, wala siya roon; kung sa kanluran, hindi ko siya matatagpuan." - Job 23:8*

Maraming mananampalataya ang nakakaramdam ng ganito kapag dumaranas ng matinding pagsubok, tila iniwan sila ng Diyos sa kabila ng kanilang katapatan.

Sa kabila ng lahat, hindi itinakwil ni Job ang kanyang pananampalataya—pinanghawakan niyang alam ng Diyos ang katotohanan, kahit hindi ito nakikita ng iba.

Paano inilarawan ni Job ang kanyang kasalukuyang karanasan, at ano ang kanyang sinabi na mangyayari sa huli?

Sa kasalukuyan, inilarawan ni Job ang kanyang karanasan bilang puno ng takot, paghihirap, at kawalang-katiyakan:

1. **Pakiramdam niya ay tinatakpan siya ng kadiliman**

"Pinanghihina ako ng Diyos, naguguluhan ako sa Makapangyarihan sa lahat" - Job 23:16

2. **Nakikita niya ang kawalan ng hustisya sa mundo**

"Bakit hindi itinakda ng Makapangyarihang Diyos ang panahon ng paghatol, upang malaman ng tapat kung kailan ito magaganap?" - Job 24:1

Ngunit ano ang kanyang pinaniniwalaan na mangyayari sa huli?

Alam ng Diyos ang kanyang landas at lilinisin siya sa pamamagitan ng pagsubok

"Ngunit batid niya ang aking daan; kapag sinubok niya ako, lalabas akong dalisay na parang ginto." - Job 23:10

Ipinapakita nito ang matibay na pananampalataya ni Job na sa kabila ng lahat, mananaig ang hustisya ng Diyos.

Ano ang masasamang gawain ng masasama ayon kay job, at ano ang sinabi niya na gagawin ng Diyos sa huli?

Ilan sa mga kasalanang binanggit ni Job tungkol sa masasama:

1. **Pagnanakaw ng lupa at ari-arian**

   "May mga taong lumilipat ng palatandaan ng lupa, inaagaw ang pastulan ng iba." - Job 24:2

2. **Pang-aapi sa mahihirap**

   "Nangungulila sa gutom ang mahihirap, at kahit na sila'y walang saplot, nagdadala pa rin ng bigkis ng trigo." - Job 24:10

3. **Pananakit at pagpatay sa mga walang laban**

   "Bumabangon sa madaling-araw ang mamamatay-tao upang pumatay ng mahihirap at nangangailangan, at sa gabi naman ay nagiging magnanakaw." - Job 24:14

Ano ang pananaw ni Job sa hatol ng Diyos?

1. Nagtataka siya kung bakit hindi agad pinarurusahan ng Diyos ang masasama

"Ngunit sandali lamang silang pinaparangalan, at agad silang nalalagas, tulad ng iba; tulad ng uhay ng trigo, sila'y pinuputol" - Job 24:24

2. Naniniwala siya na sa huli, ang Diyos ang maghahatol sa kanila

"Kinalimutan na sila ng kanilang ina, at sa uod sila itinakwil. Hindi na sila maaalala ninuman, kaya't tulad ng punong kahoy, ang masasama ay nabali." - Job 24:20

Pangwakas

1. Mali si Eliphaz sa kanyang mga paratang laban kay Job.
2. Si Job ay lubhang nasaktan sa mga maling bintang ngunit patuloy na umaasa sa Diyos.
3. Pinaniniwalaan ni Job na lilinisin siya ng Diyos sa pamamagitan ng pagsubok.

4. Bagaman tila namamayani ang masasama, naniniwala si Job na ang Diyos ang may huling hatol.

Aral: Magtiwala sa Diyos kahit tila hindi makatarungan ang buhay, sapagkat ginagamit Niya ang pagsubok upang palakasin ang ating pananampalataya.

KABANATA 8 - Mula Karangalan Patungo sa Pagdurusa

Ang Kapangyarihan, Karunungan, at Nawalang Pagpapala ng Diyos

Si Job at ang kanyang mga kaibigan ay may paniniwalang teolohikal na humuhubog sa kanilang pang-unawa sa mga hamon ng buhay. Gayunpaman, ang pananaw ni Job ay bumagsak sa ilalim ng matinding bigat ng kanyang pagdurusa. Sa halip na magbigay ng aliw, lalo lamang pinabigat ng kanyang mga kaibigan ang kanyang emosyonal at pisikal na paghihirap, dahilan upang siya'y maging mapagtanggol, mapait, at balisa.

Sa kanyang paghahanap ng kahulugan, pinagmunian ni Job ang tungkol sa tunay na karunungan at napagtanto na ang tunay na karunungan ay nagmumula lamang sa Diyos. Naalala niya ang dating pagpapala ng Diyos sa kanya—kung paanong dating iginagalang siya ng mga nakababata at matatanda, at kung paano siya naging tagapagtaguyod ng mga mahihirap, bulag, pilay, ulila, balo, at mga dayuhan. Ginamit niya ang kanyang impluwensya upang labanan ang pang-aapi, at ang kanyang buhay noon ay naging pagpapala sa marami.

Ngunit nagbago ang lahat dahil sa kanyang pagdurusa—pati ang mga nakinabang noon sa kanyang kabutihan ay naapektuhan ng kanyang pagbagsak. Ang karanasan ni Job ay nagpapakita kung paano maaaring magkaroon ng malawakang epekto ang pagdurusa ng isang tao sa buhay ng iba.

Paano inilarawan ni Job ang paglikha, at paano ito sumasalamin sa paglalarawan ng paglikha sa Genesis?

Sa **Job 26:7-14**, inilarawan ni Job ang kapangyarihan ng Diyos sa paglikha, na may pagkakahawig sa salaysay ng paglikha sa **Genesis**:

1. **Inilagay ng Diyos ang mundo sa kawalan.**

   "Iniuunat niya ang kalangitan sa kawalan, at ibinibitin sa kawalan ang daigdig." - Job 26:7

   ➞ Sumusunod ito sa **Genesis 1:1**, kung saan nilikha ng Diyos ang langit at lupa mula sa wala.

2. **Kinokontrol ng Diyos ang tubig at ang mga hangganan nito.**

"Tinitipon niya ang tubig sa ulap, ngunit hindi ito bumabagsak." - Job 26:8

➞ Katulad ng **Genesis 1:6-7**, kung saan pinaghiwalay ng Diyos ang tubig sa itaas at sa ibaba.

3. **Itinakda ng Diyos ang hangganan ng liwanag at dilim.**

"Itinakda niya ang hangganan ng karagatan, kung saan nagtatapos ang liwanag at kadiliman." - Job 26:10

➞ Katulad ng **Genesis 1:4-5**, kung saan pinaghiwalay ng Diyos ang liwanag at dilim.

Aral: Parehong ipinapakita ng **Job at Genesis** na ang mundo ay hindi basta naitayo sa pagkakataon lamang, kundi ito ay may banal na disenyo mula sa makapangyarihang Diyos.

Ano ang ibig sabihin ng tinatawag ni Job na "bulong ng kapangyarihan ng Diyos"

Sa **Job 26:14**, hinangaan ni Job ang kadakilaan ng Diyos, ngunit kinikilala niyang ang lahat ng nakikita ng tao ay isang maliit na bahagi lamang ng kabuuang kapangyarihan ng Diyos:

"At lahat ng ito'y pawang bahagi lamang ng kanyang kapangyarihan, at kahit isang bulong lamang ang ating naririnig! Sino ang makakaunawa sa kanyang makapangyarihang kulog?" - Job 26:14

Ito Ay Nagpapakita Na

1. Ang kapangyarihan ng Diyos ay hindi kayang lubos maunawaan ng tao
2. Kung ang nilikha ay napakadakila, gaano pa kaya ang Lumikha?
3. Ipinapakita nito ang soberanya ng Diyos—hindi Siya limitado sa ating pang-unawa o sa ating mga sitwasyon.

Aral: Lahat ng ating nalalaman tungkol sa Diyos ay maliit na bahagi lamang ng Kanyang kabuuang kaluwalhatian. Kailangang magtiwala tayo sa Kanya kahit hindi natin lubos na nauunawaan ang Kanyang mga daan.

Bakit ipinaglaban ni Job ang kanyang integridad?

Si Job ay determinado na ipagtanggol ang kanyang integridad sapagkat:

1. **Alam niyang wala siyang kasalanan.**

   "Hindi ko gagawin iyon! Hindi ko aaminin na kayo'y tama! Hanggang ako'y nabubuhay, ipaglalaban ko ang aking pagiging matuwid." - Job 27:5

2. **Naniniwala siya sa pagtatanggol ng katotohanan.**

   "Ipipilit kong ako'y walang kasalanan, at hindi ko ito tatalikuran; habang ako'y nabubuhay, hindi ko itatakwil ang aking budhi." - Job 27:6

3. **Patuloy siyang inaakusahan ng kanyang mga kaibigan ng maling kasalanan.**

   → Pinaniniwalaan nilang ang pagdurusa ay bunga ng kasalanan, ngunit alam ni Job na hindi ito palaging totoo.

Aral: Mahalaga ang pagtindig para sa katotohanan kahit pa tayo ay hindi nauunawaan o hinuhusgahan ng iba.

Sino ang inaakusahan ni Job ng kamalian, at bakit ito problema?

Si Job ay nag-akusa sa Diyos na dahilan ng kanyang pagdurusa:

"Isinusumpa ko, sa buhay ng Diyos na siyang nagkait sa akin ng katarungan, sa Makapangyarihan sa lahat na nagpahirap sa akin," - Job 27:2

Bakit ito isang problema?

1. **Hindi pa nauunawaan ni Job ang buong pangyayari**—akala niya'y pinaparusahan siya ng Diyos, ngunit sa katunayan, siya ay sinusubok.
2. **Nasa hangganan siya ng pagrereklamo at maling pagbibintang sa Diyos**—nananatili siyang tapat, ngunit nahihirapan siyang tanggapin ang kanyang sitwasyon.
3. **Hinahamon niya ang katarungan ng Diyos**—nagtatanong siya kung bakit ang masasama ay tila

umuunlad, habang siya, na matuwid, ay nagdurusa.

Aral: Tulad ni Job, madalas tayong magtanong sa Diyos sa ating pagdurusa. Gayunman, hindi natin palaging nakikita ang buong plano ng Diyos.

Ano ang sinabi ni Job tungkol sa "tunay na karunungan" sa Job 28:28?

Ayon kay Job, ang tunay na karunungan ay nagmumula sa takot sa Diyos:

"Sinabi niya sa tao, 'Ang paggalang at pagsunod sa Panginoon ay tunay na karunungan, at ang pag-iwas sa kasamaan ay tunay na kaunawaan.' - Job 28:28

Ipinapakita nito na:

1. Ang karunungan ay hindi lamang kaalaman, kundi paggalang at pagsunod sa Diyos.
2. Ang tunay na pang-unawa ay makikita sa pagsunod sa katuwiran.
3. Ito ay kapareho ng sinasabi sa Kawikaan 9:10:

"Ang pagkatakot sa Panginoon ay pasimula ng karunungan." – Kawikaan 9:10

Saan naghahanap ng karunungan ang tao sa kasalukuyan, maliban sa Diyos?

Sa halip na sa Diyos, maraming tao ngayon ang naghahanap ng karunungan sa:

1. **Pilosopiya at makataong pangangatwiran**—hinahanap ang sagot sa intelektwal na ideya ngunit tinatanggihan ang Salita ng Diyos.
2. **Agham at teknolohiya**—bagaman mahalaga, hindi nito nasasagot ang pinakamalalalim na tanong tungkol sa layunin at moralidad.
3. **Self-help at sariling kakayahan**—umaasa sa sariling lakas at kaisipan sa halip na sa Diyos.
4. **Social media at impluwensiya ng mga sikat na tao**—mas pinapakinggan ang mga opinyon ng tao kaysa sa katotohanan ng Biblia.
5. **Maling relihiyon at mistisismo**—naghahanap ng espirituwal na kaliwanagan sa mga daang hindi ayon sa kalooban ng Diyos.

Aral: Ang tanging tunay na karunungan ay nagmumula sa pagkatakot at pagsunod sa Diyos.

Pangwakas

1. Ipinapakita ng Job 26-29 ang kadakilaan ng Diyos sa paglikha.
2. Ipinaglaban ni Job ang kanyang integridad laban sa maling akusasyon.
3. Ang tunay na karunungan ay nagmumula sa pagkatakot sa Diyos.

Hamunin natin ang ating sarili na magtiwala sa Diyos higit sa ating pang-unawa at manatiling tapat sa Kanya kahit sa gitna ng pagsubok.

KABANATA 9 – Pagsisiyasat sa Buhay

Ang Paghihirap, Integridad, at Huling Pagtatanggol ni Job

Ang matinding paghihirap ni Job ay naging dahilan upang siya'y gawing tampulan ng panunuya, isang bagay na hindi niya naranasan noong siya'y mayaman at iginagalang. Ang mga kantiyaw at panlilibak sa kanya ay lalo lamang nagpapababa ng kanyang pagkatao. Sa unang pagkakataon, naranasan niyang maging nasa ilalim ng kapangyarihan ng iba, sa halip na siya ang may kapangyarihan, kaya't lalong nadagdagan ang kanyang dalamhati.

Habang pinagninilayan niya ang kanyang mga pag-uusap sa kanyang mga kaibigan, patuloy niyang ipinagtatanggol ang kanyang pagiging matuwid at hindi niya nakikita ang anumang dahilan para sa kanilang mga paratang. Dahil naniniwala siya sa soberanya ng Diyos, inaasahan niyang Siya ang dapat bumago ng kanyang kalagayan, sapagkat alam niyang nasa kapangyarihan ng Diyos ang gawin ito. Sa kalaunan, umabot si Job sa puntong hindi na niya kayang tiisin ang patuloy na pag-aakusa sa kanya ng kanyang mga kaibigan at ang katahimikan ng Diyos. Siya ay lubos na napagod—pisikal, emosyonal, at espiritwal—at hindi niya nakikita ang anumang pag-asa.

Ang kanyang karanasan ay sumasalamin sa damdamin ng maraming nagdurusa—ang kawalan ng sagot mula sa Diyos ay maaaring magdulot ng matinding kawalang-pag-asa. Ngunit higit sa lahat, ang pinakamimithi ni Job ay ang presensya ng Diyos.

Paghahambing ng Nakaraang Pagpapala ni Job at Kanyang Kasalukuyang Paghihirap

---

Nakaraang Pagpapala (Job 29)	Kasalukuyang Paghihirap (Job 30)
Iginagalang at kinikilala *(Job 29:7-10)* – Ginagalang siya ng mga nakababata at matatanda.	**Pinagtatawanan at kinukutya** *(Job 30:1)* – Maging ang mga taong mas mababa ang estado sa kanya ay nililibak siya.
Naranasan ang presensya at pagpapala ng Diyos *(Job 29:2-5)*	**Pakiramdam niya ay iniwan siya ng Diyos** *(Job 30:20)* – "Dumadaing ako sa iyo, O Diyos, ngunit hindi mo ako sinasagot."
Tumulong sa mahihirap, mga balo, at ulila *(Job 29:12-16)*	**Kinamumuhian at itinatakwil** *(Job 30:10)* – "Kinamumuhian nila ako at lumalayo sa akin."
Nabuhay sa kasaganaan at kapanatagan *(Job 29:18-20)*	**Nagdurusa nang pisikal, emosyonal, at espiritwal** *(Job 30:16-19)*

Nakikita ni Job ang kanyang paghihirap bilang kabaligtaran ng kanyang dating buhay, kaya't lalo siyang naguguluhan kung bakit pinahintulutan ng Diyos ang ganitong pagbagsak.

Paano ipinakita ni Job na siya ay isang taong may integridad?

Sa **Job 31**, inilista ni Job ang kanyang mga moral na paninindigan upang ipakita ang kanyang integridad. Isinumpa niya ang kanyang sarili bilang patunay na siya ay namuhay nang matuwid sa iba't ibang aspeto ng kanyang buhay:

1. **Kalinisan ng Puso**

"Ako'y taimtim na nangako sa aking sarili,
na di titingin nang may pagnanasa sa ibang babae.—
Job 31:1

2. **Katapatan at Katotohanan**

"Pagsisinungaling ay hindi ko ginawa, kahit isang tao'y wala akong dinaya. Timbangin sana ako ng Diyos sa maayos na timbangan,

at makikita niya itong aking katapatan.— Job 31:5-6

3. **Katapatan sa Asawa**

"Kung ako ay naakit sa asawa ng iba, sa pintuan ng kanyang bahay ay inabangan ko siya, di bale nang asawa ko'y sa iba magsilbi, at siya'y sipingan ng ibang lalaki. – Job 31:9-10

4. **Hustisya at Awa**

[16] "Di ako nagkait ng tulong kailanman, sa mga biyuda at nangangailangan. [17] Di ko pinabayaan ang mga ulila, kapag ako'y kumain, kumakain din sila.[18] Sa buong buhay ko sila'y aking tinulungan, inalagaan, mula pa sa aking kabataan.[19] "Ang makita kong walang dami pagkat walang maibili, [20] binibigyan ko ng makapal na damit kaya't pasasalamat niya'y walang patid. [21] "Kung ang mga ulila'y aking inapi,pagkat alam kong sa hukuma'y ako ang magwawagi, [22] mabuti pang mga bisig ko ay baliin, at sa aking balikat ito ay tanggalin. — Job 31:16-22

5. **Pag-iwas sa Kasakiman**

[24] "Kung ako ay umasa sa aking kayamanan, at gintong dalisay ang pinanaligan; [25] kung dahil sa tinatangkilik, ako ay nagyabang, o nagpalalo dahil sa aking kayamanan;— Job 31:24-25

6. **Pagsamba sa Diyos Lamang**

[26] kung ang araw at ang buwan ay aking sinamba; [27] kung ako'y natangay kahit na lihim lamang, o nagpugay kaya sa sarili kong kamay [28] ako nga'y nagkasala at dapat hatulan, pagkat itinakwil ko ang Diyos na Makapangyarihan."Kung lihim akong sumamba sa araw o buwan... ito ay magiging kasalanang dapat hatulan." —Job 31:26-28

7. **Pagmamahal sa Kanyang mga Kaaway**

[29] "Pagdurusa ng kaaway, hindi ko ikinatuwa, ni sa kanilang kapahamakan ako ay nagsaya; [30] kahit minsa'y di ko idinalangin na sila'y mamatay.— Job 31:29-30

Layunin ni Job na patunayan ang kanyang kawalang-sala sa pamamagitan ng pagpapakita ng kanyang matuwid na pamumuhay ayon sa kalooban ng Diyos.

Kung matuwid si Job, ano ang kanyang hindi nauunawaan?

Bagaman si Job ay namuhay nang matuwid, hindi niya lubos na nauunawaan ang soberanya at biyaya ng Diyos:

1. **Naniniwala siya na ang katuwiran ay dapat magdulot ng pagpapala** – Iniisip niyang dahil siya ay namuhay nang tama, hindi siya dapat magdusa.
2. **Hirap siyang tanggapin ang pagdurusa nang walang paliwanag** – Hindi niya maunawaan kung bakit pinapayagan ng Diyos na maghirap ang matuwid.
3. **Nakatuon siya sa kanyang sariling katuwiran** – Bagamat siya'y tunay na matuwid, mas pinagtutuunan niya ng pansin ang kanyang moral na talaan kaysa sa lubos na pagtitiwala sa katarungan ng Diyos.

Aral: Ang katuwiran ay mahalaga, ngunit ang ating relasyon sa Diyos ay dapat nakabatay sa pananampalataya at pagtitiwala, hindi lamang sa mabuting gawa.

Madali bang mailagay ang ating kumpiyansa sa ating mabubuting gawa?

Tulad ni Job, madali nating isipin na ang mabuting pag-uugali ay dapat magresulta sa isang buhay na walang problema.

1. Maaari tayong maniwala na kung mamumuhay tayo nang matuwid, karapat-dapat tayong pagpalain.
2. Maaaring madama natin ang kawalang-katarungan kapag nakakaranas tayo ng pagsubok sa kabila ng ating katapatan.
3. Minsan, iniisip natin kung bakit tila mas pinagpapala ang masasama kaysa sa matuwid.

Aral: Ipinapakita ng kwento ni Job na hindi palaging iniiwasan ng katuwiran ang pagdurusa—ang mga daan ng Diyos ay higit pa sa ating pang-unawa.

Sino ang nais ni Job na sumagot sa kanya at magharap ng mga paratang laban sa kanya?

Nanalangin si Job na mismong Diyos ang sumagot sa kanya:

"Mayroon sanang nakikinig sa mga sinasabi ko, isinusumpa kong lahat ito'y pawang totoo. Sagutin sana ako ng Diyos na Makapangyarihan, kung isusulat ng kaaway ang kanyang mga paratang.— Job 31:35

Lubhang nais ni Job ng paliwanag—gusto niyang patunayan ng Diyos ang kanyang kasalanan (na alam niyang wala) o kaya'y linisin ang kanyang pangalan.nIto ang naglatag ng pundasyon para sa sagot ng Diyos sa mga susunod na kabanata, kung saan ipapakita ng Diyos ang Kanyang walang hanggang karunungan at kapangyarihan.

Pangwakas

1. Ang matinding paghihirap ni Job ay malayo sa dati niyang buhay na puno ng karangalan at pagpapala.
2. Ipinagtanggol niya ang kanyang integridad sa pamamagitan ng kanyang matuwid na pamumuhay.
3. Gayunpaman, hindi pa rin niya lubos na nauunawaan ang plano ng Diyos.

4. Hinahangad niyang sagutin siya ng Diyos at ipagtanggol ang kanyang sarili laban sa maling mga paratang.

Ang aral: Bagaman mahalaga ang integridad, ang tunay na pananampalataya ay nagmumula sa pagtitiwala sa Diyos, kahit hindi natin nauunawaan ang Kanyang mga paraan.

KABANATA 10 - Ang Pagsasalita ni Elihu

Isang Bagong Pananaw sa Paghihirap at Katarungan ng Diyos

Matapos manahimik si Job at ang kanyang mga kaibigan, nagsimulang magsalita si ***Elihu****, isang mas nakababatang lalaki. Matagal siyang naghintay dahil sa paggalang sa mga nakatatanda, ngunit nang makita niyang wala silang matinong sagot kay Job, hindi na niya napigilan ang kanyang galit. Naniniwala siyang ang tunay na karunungan ay nagmumula sa Diyos, hindi sa edad, kaya inihayag niya ang kanyang sariling pananaw.*

Pinuna ni Elihu si Job sa pagsasabing tahimik at hindi makatarungan ang Diyos. Ayon kay Elihu, nagsasalita ang Diyos sa maraming paraan—sa pamamagitan ng panaginip, paghihirap, at mga tagapamagitan—upang iwasto at linisin ang tao. Hindi palaging parusa ang pagdurusa, kundi isang paraan upang ilapit ang tao sa Diyos.

Ipinagtanggol din ni Elihu ang katarungan ng Diyos, sinasabing ang Diyos ay matuwid at walang kinikilingan. Nakikita Niya ang lahat ng gawa ng tao at naghahatol nang patas. Walang sinuman ang may karapatang hamunin ang Diyos. Hinimok niya si Job na magpasakop sa karunungan ng Diyos sa halip na akusahan Siya.

Bagamat naiiba ang pananaw ni Elihu kumpara sa mga kaibigan ni Job, kulang pa rin ang kanyang pang-unawa sa tunay na layunin ng Diyos. Inihahanda lamang niya ang daan para sa direktang sagot ng Diyos kay Job.

Bakit naghintay si Elihu bago magsalita?

Naniniwala si Elihu na dapat unahin ang mga nakatatanda sa pagbibigay ng payo:

"Ako'y bata pa, at kayo'y matatanda; kaya't nag-atubili akong ipahayag sa inyo ang aking iniisip. Akala ko, 'Ang karunungan ay dumarating sa edad, at ang matanda ay dapat magsalita.'" —Job 32:6-7

Gayunman, matapos pakinggan ang pag-uusap nina Job at ng kanyang tatlong kaibigan, nagalit siya sapagkat:

1. Itinataas ni Job ang sarili kaysa sa Diyos *(Job 32:2)*
2. Hindi naipaliwanag nang maayos ng kanyang mga kaibigan ang kanilang akusasyon kay Job *(Job 32:3)*

Naniniwala si Elihu na ang tunay na karunungan ay nagmumula sa Espiritu ng Diyos, hindi lamang sa edad *(Job 32:8)*, kaya nagpasya siyang ipahayag ang kanyang pananaw.

Ayon kay Elihu, paano nagsasalita ang Diyos sa tao?

Sinabi ni Elihu na may iba't ibang paraan ang Diyos ng pakikipag-usap sa tao:

1. **Sa pamamagitan ng panaginip at pangitain.**

   Magsalita man siya sa iba't ibang paraan, hindi pa rin natin ito lubos na mauunawaan. [15] Nagsasalita siya sa panaginip at pangitain sa kalaliman ng gabi, kapag ang tao'y nahihimbing.— Job 33:14-15

   → **Ngayon**, maaaring gumamit ang Diyos ng panaginip upang gabayan ang tao, ngunit ang pangunahing paraan Niya ng pakikipag-usap ay sa pamamagitan ng Kanyang Salita.

2. **Sa pamamagitan ng paghihirap at disiplina.**

   Pinadadalhan niya ang tao ng iba't ibang sakit, upang sa pamamagitan ng kirot ang tao'y maituwid.[20] Ang taong may sakit ay walang panlasa, masarap man ang pagkain, wala pa ring gana.[21] Nauubos ang kanyang laman, natitira'y buto't balat na lamang.[22] At parang handang handa nang pumunta sa daigdig ng mga patay.— Job 33:19-22

   ➞ **Ngayon**, maaaring gumamit ang Diyos ng pagsubok upang gisingin ang tao sa pagkakamali at ilapit sila sa Kanya.

3. **Sa pamamagitan ng isang Tagapamagitan o Sugo.**

   "O baka siya'y tulungan ng isa sa libong mga anghel, na nagpapaalala sa tao ng kanyang mga tungkulin.[24] Maaaring itong anghel na puspos ng kahabagan, ay magsabi ng ganito: 'Siya ay pawalan, hindi siya dapat humantong sa libingan, narito ang bayad para sa kanyang kalayaan.' "Ngunit kung may isang anghel na tagapamagitan... sasabihin ng

Diyos, 'Iligtas siya sa hukay.'"
— Job 33:23-24

➡ Ngayon, si Jesucristo ang pinakadakilang Tagapamagitan

Sapagkat iisa ang Diyos at iisa ang tagapamagitan sa Diyos at sa mga tao, ang taong si Cristo Jesus. - 1 Timoteo 2:5

Aral: Ginagamit ng Diyos ang iba't ibang paraan upang gabayan at iligtas ang tao, kahit hindi nila agad nakikilala ang Kanyang tinig.

Tama ba si Elihu sa pagsasabing hindi pinararangalan ni Job ang Diyos sa kanyang mga salita?

Pinuna ni Elihu si Job sa pagsasalita na tila siya ay mas matuwid kaysa sa Diyos:

'Ang salita ni Job ay bunga ng kamangmangan, at lahat ng sinasabi niya ay walang kabuluhan.'— Job 34:35

Bagamat bahagyang tama si Elihu, may kulang sa kanyang pang-unawa:

Totoo na si Job ay nagtatanong sa katarungan ng Diyos at humihingi ng paliwanag.

1. Ngunit hindi kailanman isinumpa ni Job ang Diyos o tinalikuran ang kanyang pananampalataya.
2. Ang kanyang mga salita ay hindi mula sa paghihimagsik, kundi mula sa matinding sakit at pagkalito.

Aral: Kahit ang matuwid ay maaaring magduda at magtanong sa gitna ng pagsubok. Ang pagiging tapat sa Diyos tungkol sa ating paghihirap ay hindi nangangahulugan ng kawalan ng pananampalataya.

Ayon kay Elihu, paano natin dapat parangalan ang Diyos?

Ipinahayag ni Elihu na ang tunay na karangalan sa Diyos ay nagmumula sa pagkilala sa Kanyang katarungan at soberanya:

1. **Ang Diyos ay laging makatarungan**

"Makinig kayo sa akin, mga taong magagaling, ang Makapangyarihang Diyos ba'y maaakay sa masamang gawain?— Job 34:10

2. **Dapat tayong magpakumbaba at sumunod sa Diyos.**

Mananalangin siya sa Diyos at siya'y papakinggan. Ang pagsamba niya'y mapupuno ng kasiyahan, muli siyang ilalagay ng Diyos sa mabuting katayuan.— Job 33:26

3. **Dapat tayong magsisi kung kinakailangan.**

Sila'y kanyang sinasaway at binabalaan na tumalikod sa kanilang kasamaan.— Job 36:10

Aral: Ang pagpaparangal sa Diyos ay nangangahulugan ng pagtitiwala sa Kanyang hustisya, pakikinig sa Kanyang pagtutuwid, at pagpapakumbabang pagsunod sa Kanyang kalooban.

Pangwakas

1. Nagbigay-galang si Elihu sa mga nakatatanda ngunit nakita niyang pareho silang mali—si Job at ang kanyang mga kaibigan.

2. Ipinahayag niya na ang Diyos ay nagsasalita sa pamamagitan ng panaginip, paghihirap, at mga tagapamagitan upang gabayan ang tao.
3. Bagamat ang mga salita ni Job ay nagmumula sa sakit, binalaan siya ni Elihu na ang patuloy na pagdududa sa Diyos ay maaaring maging kawalang-galang.
4. Ang tunay na paggalang sa Diyos ay nagmumula sa pagtitiwala sa Kanyang katarungan at pagpapakumbabang pagtanggap ng Kanyang pagtutuwid.

Hamunin natin ang ating sarili na laging makinig sa tinig ng Diyos, magtiwala sa Kanyang katarungan, at manatiling mapagpakumbaba sa gitna ng pagsubok.

KABANATA 11 - Katarungan at Kapangyarihan ng Diyos

Ang Huling Pahayag ni Elihu

Patuloy na nagsasalita si ***Elihu****, hinahamon ang paniniwala ni Job na walang gantimpccccala ang pagiging matuwid (Job 35). Ayon kay Elihu, hindi nagbabago ang Diyos dahil sa kilos ng tao, ngunit ang kasalanan at katuwiran ay may epekto sa sangkatauhan. Sa halip na magreklamo, dapat na magtiwala si Job sa Diyos kaysa humingi ng paliwanag.*

Sa ***Job 36****, binigyang-diin ni Elihu ang* ***katarungan at kapangyarihan ng Diyos****. Iginiit niyang dinidisiplina ng Diyos ang matuwid upang ihanda sila sa mas dakilang pagpapala. Kung makikinig at babalik ang tao sa Kanya, sila'y pagpapalain; ngunit kung maghimagsik sila, sila'y magdurusa.*

Sa ***Job 37****, pinuri ni Elihu ang* ***kadakilaan ng Diyos sa paglikha****, inilalarawan ang unos, niyebe, at malalakas na* *hangin bilang tanda ng Kanyang kapangyarihan. Ipinaalala niya kay Job na hindi kayang abutin ng tao ang karunungan ng Diyos, kaya't dapat siyang magpakumbaba sa harap ng Makapangyarihan.*

Ipinakita ng mga pahayag ni Elihu ang ***karunungan at soberanya ng Diyos****, ngunit tulad ng mga kaibigan ni Job, hindi pa rin niya ganap na nauunawaan ang mas malalim na layunin ng pagdurusa ni Job. Gayunpaman, inihahanda ng kanyang mga salita ang daan para sa direktang sagot ng Diyos.*

Ano ang mga pagkakamali ni Job na pinuna ni Elihu?

Pinuna ni Elihu si Job dahil sa kanyang mga maling pananaw tungkol sa katarungan ng Diyos:

1. **Pagtatanong kung mahalaga ba ang pagiging matuwid sa Diyos**

> *"Ikaw, Job, ay wala sa katuwiran, di mo masasabing sa harap ng Diyos, ika'y walang kasalanan.— Job 35:2*

→ **Paliwanag:** Inangkin ni Job na hindi siya dapat magdusa dahil siya'y matuwid, ngunit ipinaalala ni Elihu na walang sinumang perpekto sa harap ng Diyos.

2. **Pagpapahiwatig na walang epekto sa Diyos ang kasalanan at katuwiran ng tao.**

Di napipinsala ang Diyos sa mga kasalanan mo, walang magagawa sa kanya gaano man karami ito. [7] Wala kang naitulong sa kanya sa iyong pagiging matuwid, wala kang naibigay kahit bagay na maliit.— Job 35:6-7

→ **Paliwanag:** Binalaan ni Elihu si Job laban sa pag-aakalang hindi mahalaga sa Diyos ang kilos ng tao. Bagamat ang Diyos ay makapangyarihan, ang Kanyang katarungan ay naaapektuhan ng ating mga gawa.

3. **Pagdududa na nakikinig ang Diyos sa mga daing ng naaapi.**

"Ikaw na rin ang nagsabing ang Diyos ay hindi mo nakikita, maghintay ka na lamang sapagkat ang kalagayan mo'y alam niya. — Job 35:14

→ **Paliwanag:** Pinapaalalahanan ni Elihu si Job na bagamat tila hindi agad tumutugon ang Diyos, Siya ay laging nakikinig at kumikilos sa Kanyang perpektong panahon.

Paano ipinapakita ng mga pahayag ni Elihu ang mga pagdududa ng tao sa Diyos hanggang ngayon?

Hanggang ngayon, maraming tao ang nagtatanong tungkol sa katarungan ng Diyos, tulad ni Job:

1. **"Kung mabuti ang Diyos, bakit may masasamang nangyayari sa mabubuting tao?"**

   → **Tulad ni Job**, maraming tao ang naguguluhan kung bakit nagdurusa ang matuwid habang namamayani ang masasama.

2. **"Wala namang epekto sa Diyos ang ginagawa ko."**

   → **Tulad ng sinasabi ni Job**, iniisip ng iba na walang pakialam ang Diyos sa kanilang mga ginagawa, mabuti man o masama.

3. **“Hindi ako pinapakinggan ng Diyos.”**

   → **Tulad ni Job**, maraming tao ang nakakaramdam ng kawalang-pag-asa at iniisip na hindi pinapansin ng Diyos ang kanilang panalangin.

Aral: Ipinapaalala ni Elihu na ang Diyos ay makatarungan, makapangyarihan, at laging nakikinig, kahit hindi natin agad nauunawaan ang Kanyang mga paraan.

Ano ang mga katangian ng Diyos na ipinakita ni Elihu na maaaring nalimutan ni Job?

Binanggit ni Elihu ang tatlong mahalagang katangian ng Diyos:

1. **Katarungan ng Diyos**

   “Ang Diyos ay dakila at di nagtatakwil ng sinuman, siya ay dakila sa taglay niyang kaalaman.— Job 36:5

   → **Paliwanag:** Laging makatarungan ang Diyos, kahit hindi ito agad nakikita ng tao.

2. **Kapangyarihan at Soberanya ng Diyos**

"Alalahanin mong ang Diyos ay makapangyarihan, pinakadakilang guro sa lahat ng bagay.— Job 36:22

→ **Paliwanag:** Ang Diyos ang may ganap na kontrol sa mundo at sa kalikasan.

3. **Awa at Disiplina ng Diyos**

Ang tao'y pinaghihirap ng Diyos upang bigyang-aral, at kanyang pinagdurusa upang mabuksan ang kanilang pananaw.— Job 36:15

→ **Paliwanag:** Minsan, ang paghihirap ay ginagamit ng Diyos upang ituwid at palakasin ang pananampalataya ng tao.

Aral: Dahil masyadong nakatuon si Job sa kanyang sariling paghihirap, nakalimutan niyang ang Diyos ay hindi lang makatarungan kundi makapangyarihan at maawain din.

Paano dapat nating ipakita ang tamang tugon sa Diyos ayon sa sinabi ni Elihu?

Pinapaalalahanan tayo ng mga salita ni Elihu na:

1. **Magtiwala sa katarungan ng Diyos, kahit tila hindi patas ang buhay.**

   → Ang hindi natin nakikitang hustisya ay hindi nangangahulugang hindi kumikilos ang Diyos.

2. **Unawain na may layunin ang pagdurusa.**

   → Hindi natin palaging nauunawaan ang ating paghihirap, ngunit maaari itong gamitin ng Diyos para sa ating paglago at pagtutuwid.

3. **Alalahanin ang kapangyarihan at kadakilaan ng Diyos**

   → Minsan, masyado tayong nakapokus sa ating mga problema kaya nakakaligtaan nating hawak ng Diyos ang lahat ng bagay.

Ang ulang ibinubuhos ng dakilang
Diyos, maaaring parusa o kagandahang-loob.—
Job 37:13

Pangwakas

1. Itinutuwid ni Elihu ang maling pananaw ni Job tungkol sa katarungan ng Diyos.
2. Ipinaalala niya kay Job na ang Diyos ay laging nakikinig, nakakakita, at kumikilos sa Kanyang tamang oras.
3. Binibigyang-diin niya ang katarungan, kapangyarihan, at awa ng Diyos na maaaring nalimutan ni Job.
4. Hinahamon tayo ng kanyang mga salita na magtiwala sa Diyos, kahit hindi natin lubos na nauunawaan ang Kanyang mga paraan.

Ang kabanatang ito ay nagpapaalala sa atin na sa halip na kwestyunin ang Diyos, dapat tayong magpakumbaba, magtiwala, at manalig sa Kanyang walang hanggang karunungan at katarungan.

KABANATA 12 - Nasaan Ka Noon?

Ang Hamon ng Diyos at Pagsuko ni Job

Matapos ang mahabang katahimikan, mismo ang Diyos ang nagsalita kay Job mula sa unos (Job 38). Ngunit sa halip na sagutin ang mga tanong ni Job, hinamon Niya siya ng sunud-sunod na mga katanungan na nagpakita ng Kanyang kapangyarihan, karunungan, at kontrol sa paglikha. Tinanong ng Diyos si Job kung nasaan siya nang likhain ang mundo, kung sino ang may kapangyarihang pigilin ang dagat, baguhin ang panahon, at ilipat ang mga bituin.

Sa ***Job 39****, ipinakita pa ng Diyos ang hiwaga ng kalikasan at mga hayop—ang leon, bundok kambing, mabangis na baka, ostrits, at agila. Lahat ng ito ay gumagalaw ayon sa Kanyang disenyo, pinatutunayan ang Kanyang karunungan at soberanya.*

Sa ***Job 40:1-2****,* diretsahang hinamon ng Diyos si Job:

Sinabi ni Yahweh kay Job,[2] "Ang mapaghanap ba ng mali ay mangangatwiran, at sa Makapangyarihan ay makikipaglaban? Sinumang sa Diyos ay nakikipagtalo, ay dapat sumagot sa tanong na ito."

Dahil dito, napatigil si Job. Napagtanto niyang wala siyang laban sa kadakilaan ng Diyos. Sa puntong ito, hindi na siya humihingi ng sagot kundi nagpapakumbaba sa harap ng awtoridad ng Diyos.

Paano sinimulan ng Diyos ang kanyang sagot kay Job?

Sa pagsisimula ng sagot ng Diyos, pinakita Niya agad ang Kanyang kapangyarihan at awtoridad:

"Sino kang mag-aalinlangan sa aking kaalaman? Lalo lamang lumilitaw ang iyong kamangmangan.[3] Tumayo ka riyan at magpakalalaki, tanong ko'y sagutin, ikaw ay magsabi.— Job 38:2-3

➞ Ipinaalala ng Diyos kay Job na wala siyang sapat na karunungan upang kwestyunin ang Diyos.
➞ Hindi ipinaliwanag ng Diyos ang dahilan ng

pagdurusa ni Job, sa halip ay tinanong Siya upang ipakita ang Kanyang kadakilaan.

Ano ang ipinakita ng mga tanong ng Diyos kay Job tungkol sa sanlibutan at paglikha?

Sunud-sunod na tinanong ng Diyos si Job tungkol sa paglikha:

1. "Nasaan ka nang likhain ko ang mundo?" - *Job 38:4*
2. "Sino ang humarang sa agos ng dagat," - *Job 38:8*
3. "Ang Pleyades ba'y iyong matatalian, o ang Orion kaya'y iyong makakalagan? - *Job 38:31*

Tatlong Mahahalagang Katotohanang Ipinakita Ng Diyos Kay Job:

1. **Ang karunungan ng Diyos ay higit sa pang-unawa ng tao** – Napagtanto ni Job na wala siyang kontrol sa mundo, kaya't hindi niya maaaring hamunin ang Diyos.
2. **Ang kapangyarihan at soberanya ng Diyos ay hindi matitinag** – Ang sanlibutan ay pinamamahalaan ng Diyos, hindi ng pangangatwiran ng tao.

3. **Ang tamang tugon sa Diyos ay pagpapakumbaba** – Ipinakita kay Job na hindi siya Diyos, kaya dapat siyang magtiwala sa karunungan ng Diyos.

Ano ang unang tugon ni Job sa hamon ng Diyos?

1. Matapos marinig ang mga tanong ng Diyos, lubos na napahiya at nagpakumbaba si Job:

   > *"Narito, ako'y hamak at walang kabuluhan, wala akong maisasagot, bibig ay tatakpan.[5] Sa panig ko'y nasabi na ang lahat ng sasabihin, ako'y di na kikibo, nasabi'y di na uulitin."— Job 40:4-5*

2. Hindi na humihingi ng sagot si Job—sa halip, napagtanto niyang hindi niya kayang abutin ang karunungan ng Diyos.
3. Tumigil siya sa pagsasalita bilang tanda ng kanyang pagsuko sa awtoridad ng Diyos.

Dati, tinatanong ni Job ang Diyos; ngayon, natutunan niyang magtiwala kahit walang sagot.

Ano ang hinihingi ni Job noon na ngayon ay natanggap na niya?

Sa **Job 13:3**, matapang na sinabi ni Job:

> *Hindi kayo ang kausap ko kundi ang Diyos na Makapangyarihan, sa kanya ko idudulog itong aking kalagayan.— Job 13:3*

Ngunit sa **Job 38:1**, sa wakas, sinagot siya ng Diyos—ngunit hindi sa paraang inaasahan niya:

1. Inakala ni Job na maaari siyang makipagtalo sa Diyos, ngunit siya pala ang tinanong ng Diyos.
2. Akala niya ay kaya niyang ipagtanggol ang kanyang sarili, ngunit napagtanto niyang wala siyang maipagmamalaki.
3. Ang dating kumpiyansa ni Job ay napalitan ng pagpapakumbaba sa harap ng kadakilaan ng Diyos.

Aral: Minsan, sinasagot ng Diyos ang ating mga panalangin, pero hindi sa paraang gusto natin. Sa halip, ipinapakita Niya sa atin ang ating pangangailangang magtiwala sa Kanya.

Ano ang natutunan natin tungkol sa Diyos at sa ating tamang tugon sa kanya?

Ipinakita ng sagot ng Diyos kay Job ang mga mahahalagang aral:

1. **Ang Diyos ay soberano at lampas sa pang-unawa ng tao**

   → Hindi natin lubos na mauunawaan ang Kanyang mga paraan, ngunit maaari tayong magtiwala sa Kanyang karunungan.
2. **Ang tamang tugon sa Diyos ay pagpapakumbaba**

   → Tulad ni Job, dapat nating tanggapin ang ating limitasyon at magpasakop sa Diyos.
3. **Hindi kailangang ipaliwanag ng Diyos ang Kanyang mga ginagawa**

   → Sa halip na bigyan tayo ng mga sagot, ibinibigay Niya ang Kanyang presensya at kapangyarihan—at ito'y dapat nang sapat para sa atin.

4. **Ang pananampalataya ay nangangahulugang pagtitiwala kahit walang sagot**

   ➞ Dati, tinatanong ni Job ang Diyos, ngunit ngayon, tinutularan niya ang tamang pananampalataya—ang **tahimik na pagtitiwala kahit hindi naiintindihan ang lahat.**

Pangwakas

1. Hindi ipinaliwanag ng Diyos kay Job ang dahilan ng kanyang paghihirap. Sa halip, ipinakita Niya ang Kanyang kapangyarihan at karunungan.
2. Napagtanto ni Job ang kanyang limitasyon at lumipat mula sa pagtatanong patungo sa pagpapakumbaba.
3. Ipinakita ng kabanatang ito na ang mga daan ng Diyos ay higit kaysa sa atin, kaya't ang pagtitiwala sa Kanya ay mas mahalaga kaysa sa pag-unawa ng lahat ng bagay.

Hinahamon tayo ng kwentong ito na lumapit sa Diyos nang may paggalang, pananampalataya, at pagpapakumbaba, kahit hindi natin nauunawaan ang lahat ng Kanyang ginagawa.

KABANATA 13 - Ang Sukdulang Kapangyarihan ng Diyos

Ang Pagpapanumbalik kay Job

*Muling nagsalita ang Diyos kay **Job mula sa unos** (Job 40:6), hinahamon siyang pag-isipan ang Kanyang walang hanggang kapangyarihan. Tinanong ng Diyos si Job kung kaya niyang husgahan ang mundo tulad Niya o kung kaya niyang supilin ang mapagmataas. Upang ipakita ang Kanyang walang katulad na lakas, inilalarawan ng Diyos ang **Behemot**, isang makapangyarihang nilalang na hindi kayang kontrolin ng tao (Job 40:15-24).*

*Sa **Job 41**, ipinakilala naman ng Diyos ang **Leviatan**, isang nakakatakot na nilalang ng dagat na walang sinumang makakatalo. Kung walang sinumang makakadaig sa mga nilikhang ito, **gaano pa kaya kalaki ang kapangyarihan ng Diyos?***

Sa huli, ***lubusang napagtanto ni Job ang kanyang kahinaan at nagsisi sa kanyang mga sinabi*** *(Job 42:1-6). Pagkatapos, sinaway ng Diyos ang mga kaibigan ni Job dahil sa kanilang maling pagpapakilala sa Kanya. Iniutos ng Diyos na sila'y mag-alay ng handog at si* ***Job ang mananalangin para sa kanila*** *(Job 42:7-9).*

Bilang pagtatapos, ***ibinalik ng Diyos ang lahat ng nawala kay Job, dinoble ang kanyang kayamanan, binigyan siya ng bagong pamilya, at pinagpala ng mahabang buhay*** *(Job 42:10-17). Ang pananampalataya ni Job ay pinino, at ang katarungan ng Diyos ay nanaig.*

Ano ang ipinapahiwatig ng Behemot at Leviatan sa kapangyarihan ng Diyos?

Sa **Job 40:15 – Job 41**, ginamit ng Diyos ang dalawang napakalakas na nilalang upang ipakita ang Kanyang kontrol sa buong sanlibutan:

1. Behemot *(Job 40:15-24)*

- **Isang napakalaking nilalang sa lupa na hindi matinag at napakalakas.**

"Ang dambuhalang hayop ay tingnan mo, gaya mo'y nilikha ko dito sa mundo. Ito'y parang baka kung kumain ng damo. [16] Ang lakas niya'y naiipon sa kanyang katawan; ang kapangyarihan, sa himaymay ng kanyang laman. [17] Ang tigas ng buntot niya ay sedar ang katulad, ang kanyang mga hita'y siksik at matatag. [18] Parang tanso ang kanyang mga buto, sintigas ng bakal ang kanyang mga braso. - Job 40:15-18

- **Aral para kay Job:** Kung hindi niya kayang kontrolin ang Behemot, paano niya hahamunin ang Diyos?

2. Leviatan ***(Job 41:1-34)***

- **Isang nakakatakot na halimaw ng dagat na hindi kayang talunin ng sinuman.**

"Mahuhuli mo ba ang Leviatan sa pamamagitan ng pamingwit? Maitatali mo ba ang dila nito sa pamamagitan ng lubid? – Job 41:1

- **Aral para kay Job:** Kung hindi niya kayang supilin ang Leviatan, paano siya makakapagtanong sa Diyos?

Ano ang ipinapahayag ng Diyos kay Job?

1. **Si Job ay mahina kumpara sa kapangyarihan ng Diyos** – Kung hindi niya kayang kontrolin ang mga nilalang na ito, paano pa kaya ang buong sansinukob?
2. **Ang soberanya ng Diyos ay hindi maaaring kuwestiyunin** – Kung Siya ang namamahala sa ganitong mga makapangyarihang nilalang, tiyak na Siya rin ang namamahala sa buhay ng tao.
3. **Dapat magtiwala si Job sa Diyos sa halip na pagdudahan ang Kanyang katarungan** – Kung hindi niya kayang abutin ang mga bagay na ito, paano niya lubos na mauunawaan ang mga paraan ng Diyos?

Ano ang naging tugon ni Job matapos siyang kausapin ng Diyos?

1. Matapos marinig ang mga tanong ng Diyos, **nagpakumbaba at nagsisi si Job**:

"Alam kong ang lahat ng bagay ay kaya ninyong gawin, at walang makakapigil sa lahat ng inyong

balakin.³ Itinatanong ninyo, 'Sino akong nangahas na kayo'y pag-alinlanganan gayong ako nama'y walang nalalaman?' Nagsalita ako ng mga bagay na di ko nauunawaan, ng mga hiwagang di abot ng aking isipan.— Job 42:2-3

2. **Inamin ni Job ang kanyang kawalan ng kaalaman** – Napagtanto niyang nagsalita siya nang hindi niya ganap na nauunawaan ang lahat.
3. **Kanyang kinilala ang kadakilaan ng Diyos**

   Noo'y nakilala ko kayo dahil sa sinabi ng iba, subalit ngayo'y nakita ko kayo ng sarili kong mga mata. - Job 42:5

4. **Nagsisi siya sa harap ng Diyos** –

   Kaya ako ngayon ay nagsisisi, ikinahihiya lahat ng sinabi, sa alabok at abo, ako ay nakaupo." - Job 42:6

Ano ang matutunan natin dito?

1. Ang tunay na karunungan ay nagsisimula sa pagpapakumbaba sa Diyos.

2. Ang tunay na pananampalataya ay hindi humihingi ng paliwanag, kundi nagtitiwala sa layunin ng Diyos.
3. Ang pagkakilala sa presensya ng Diyos ay mas mahalaga kaysa sa sagot sa ating mga tanong.

Sinaway ng Diyos ang mga kaibigan ni Job dahil sa maling pag-unawa nila sa Kanya:

> *Pagkasabi nito kay Job, si Elifaz na Temaneo naman ang hinarap ni Yahweh. Sinabi niya, "Matindi ang galit ko sa iyo at sa dalawa mong kaibigan sapagkat hindi ninyo sinabi ang katotohanan tungkol sa akin tulad nang ginawa ni Job. — Job 42:7*

Bakit kailangang ipanalangin ni Job ang kanyang mga kaibigan?

1. **Upang sila'y mapatawad** – Mali ang kanilang mga sinabi tungkol sa Diyos.
2. **Upang turuan si Job ng habag** – Bagamat inakusahan siya ng kanyang mga kaibigan, dapat niyang ipanalangin sila.

3. **Upang maibalik ang kanilang relasyon sa Diyos** – Ang panalangin ni Job ang naging susi sa kanilang pagkakasundo.

Ano ang nangyari pagkatapos magdasal si Job para sa kanila?

1. *Ang kabuhayan ni Job ay ibinalik ni Yahweh sa dati, nang ipanalangin nito ang tatlong kaibigan. At dinoble pa ni Yahweh ang kayamanan ni Job. - Job 42:10*
2. Ibinigay muli ng Diyos ang lahat ng nawala kay Job – Dinoble ang kanyang yaman.
3. Muling iginagalang siya ng kanyang komunidad –

   Lahat ng kapatid nito, mga kamag-anak at kakilala ay dumalaw sa kanya at nagsalu-salo sila. Bawat isa'y nakiramay sa nangyari sa kanya at nagbigay ng salapi at singsing na ginto. – Job 42:11

4. Pinagpala siya ng mahabang buhay –

   Si Job ay nabuhay pa nang sandaan at apatnapung taon. Inabutan pa siya ng kanyang mga apo sa ikaapat na salinlahi. - Job 42:16

Bakit hiniling ng Diyos kay Job na ipanalangin ang mga kaibigan niyang umusig sa kanya?

1. **Itinuturo nito kay Job ang pagpapatawad** – Tinanggap niya ang habag ng Diyos, kaya't dapat din niyang ipakita ito sa iba.
2. **Itinutuwid nito ang maling paniniwala ng kanyang mga kaibigan** – Kailangang matutunan nilang hindi lahat ng pagdurusa ay parusa ng Diyos.
3. **Inaayos nito ang kanilang relasyon** – Nagkaroon ng tunay na pagpapatawad at pagkakasundo.
4. **Ipinapakita nito ang katarungan at awa ng Diyos** – Ang kapatawaran ay mahalaga sa plano ng Diyos.

Aral:

1. **Ang pagpapatawad ay makapangyarihan** – Bago natanggap ni Job ang kanyang pagpapala, kinailangan niyang ipanalangin ang kanyang mga kaibigan.

2. **Pinararangalan ng Diyos ang mga nagpapatawad** – Kahit nasaktan tayo, tinatawag tayong ipanalangin ang iba.
3. **Ang ganap na kagalingan ay madalas dumating sa pamamagitan ng pagsunod** – Ang pagpapala ni Job ay dumating pagkatapos niyang sumunod sa Diyos.

Pangwakas

1. Ginamit ng Diyos ang Behemot at Leviatan upang ipakita kay Job ang Kanyang kapangyarihan sa lahat ng nilikha.
2. Nagpakumbaba si Job, nagsisi, at lubos na nagtiwala sa Diyos.
3. Pinanumbalik ng Diyos si Job, ngunit una niyang ipinanalangin ang kanyang mga kaibigan.
4. Ang tunay na pananampalataya ay hindi tungkol sa pagkuha ng sagot, kundi sa pagtitiwala sa soberanya ng Diyos at pagpapatawad sa iba.

Ang kwento ni Job ay nagpapaalala sa atin na ang Diyos ay laging makatarungan, makapangyarihan, at tapat—kahit hindi natin nauunawaan ang Kanyang mga paraan.

KABANATA 14 – Mga Aral mula sa Kwento ni Job

*Ang **Aklat ni Job** ay nagtuturo sa atin na ang pananampalataya ay hindi lamang tungkol sa pagtanggap ng mga pagpapala, kundi tungkol din sa **pagtitiwala sa Diyos kahit sa panahon ng katahimikan**. Hindi natanggap ni Job ang paliwanag sa kanyang paghihirap, ngunit **nakaharap niya ang Diyos sa isang makapangyarihang paraan**. Ang kanyang kwento ay nagpapaalala sa atin na ang **karunungan ng Diyos ay higit sa pang-unawa ng tao**, at ang Kanyang mga plano ay laging may layunin, kahit hindi natin agad ito makita.*

Katapatan sa Gitna ng Paghihirap

1. **Si Job ay isang matuwid na tao, ngunit nagdusa pa rin siya nang matindi.**

   → **Aral:** Ipinapakita nito na hindi palaging bunga ng kasalanan ang pagdurusa, kundi maaaring maging pagsubok ng pananampalataya.

2. Kahit nawala ang lahat kay Job—**kayamanan, pamilya, at kalusugan**—nanatili siyang tapat sa Diyos:

Ang sabi niya, "Hubad akong lumabas sa sinapupunan ng aking ina, hubad din akong babalik sa lupa. Si Yahweh ang nagbigay, si Yahweh rin ang babawi. Purihin si Yahweh!"—Job 1:21

Ang Soberanya ng Diyos sa Lahat ng Bagay

1. **Pinahintulutan ng Diyos ang pagdurusa ni Job, ngunit ito'y dulot ni Satanas.**
   ➞ **Aral:** Walang nangyayari nang hindi alam o pinahihintulutan ng Diyos.
2. Minsan, hindi natin nauunawaan kung bakit tayo nagdurusa, ngunit ang Diyos ay may mas malaking plano na hindi natin agad nakikita.

Pagtitiwala sa Diyos Kahit Walang Sagot

Maraming tanong si Job, ngunit hindi siya direktang sinagot ng Diyos. Sa halip, **ipinakita ng Diyos ang Kanyang kapangyarihan at karunungan** *(Job 38–41)*.

Aral: Dapat tayong magtiwala sa Diyos kahit hindi natin nauunawaan ang Kanyang mga paraan:

> *Ang sabi ni Yahweh, "Ang aking kaisipa'y hindi ninyo kaisipan, ang inyong kaparaanan ay hindi ko kaparaanan [9] Kung paanong ang langit ay mas mataas kaysa lupa, ang aking kaparaanan ay higit kaysa inyong kaparaanan at ang aking kaisipan ay hindi maaabot ng inyong kaisipan.— - Isaias 55:8-9*

Ang Tunay na Kaibigan ay Nagpapalakas, Hindi Humuhusga

1. Maling inakala ng mga kaibigan ni Job (Eliphaz, Bildad, at Zofar) na siya ay nagdurusa dahil sa kasalanan.

   → **Aral:** Sa panahon ng pagsubok, **a**ng tunay na kaibigan ay nagbibigay ng habag, hindi ng hatol

   Magtulungan kayo sa pagbuhat ng pasanin ng bawat isa. Sa gayong paraan ay matutupad ninyo ang kautusan ni Cristo. - Galacia 6:2

2. Dapat nating damayan ang mga naghihirap sa halip na husgahan sila.

Kayang Ibalik ng Diyos ang Nawawala

1. Sa huli, ibinalik ng Diyos ang lahat ng kayamanan ni Job at pinagpala siya nang higit pa sa dati *(Job 42:10-17)*.

   ➡ **Aral:** Ang Diyos ay isang tagapagtubos—kaya Niyang gawing pagpapala ang ating paghihirap.
2. Anuman ang ating nawala, kayang ibalik at gawing mabuti ng Diyos sa Kanyang perpektong panahon.

Pagpapakumbaba sa Harap ng Diyos

Natuto si Job na magpakumbaba at kilalanin ang kadakilaan ng Diyos *(Job 42:1-6)*.

➡ **Aral:** Kapag tayo ay dumaranas ng pagsubok, dapat nating kilalanin na ang Diyos ang may kontrol at magpasakop sa Kanyang kalooban.

Ginagantimpalaan ng Diyos ang Pagtitiis

Nagtiis si Job at sa huli, siya ay ginantimpalaan ng Diyos.

➡ Ang prinsipyong ito ay ipinapakita sa Santiago 5:11:

Sinasabi nating pinagpala ang mga nagtitiyaga at nagtitiis. Narinig na ninyo ang tungkol sa pagtitiis ni Job at ang ginawa sa kanya ng Panginoon sa bandang huli. Talagang napakabuti at tunay na mahabagin ang Panginoon. - Santiago 5:11

Aral: Kapag nanatili tayong matatag sa pananampalataya, may gantimpala at pagpapala mula sa Diyos.

Pangwakas

Ang kwento ni Job ay nagtuturo sa atin na:

1. Magtiwala sa Diyos sa gitna ng mga pagsubok.
2. Manatiling tapat kahit sa gitna ng paghihirap.
3. Maniwala na ang plano ng Diyos ay laging para sa ating kabutihan *(Roma 8:28)*
4. Kahit tila hindi makatarungan ang buhay, ang Diyos ay laging may kontrol, at darating ang Kanyang kagalingan sa tamang panahon.

Ang paghihirap ay isa sa pinakamalalim na misteryo ng buhay—isang karanasang nagpapakumbaba kahit sa pinakamatibay na mananampalataya. Ang kwento ni **Job** ay nagpapakita na hindi palaging bunga ng kasalanan ang pagdurusa, at hindi rin ito nangangahulugang iniwan na tayo ng Diyos. Sa halip, ang pagdurusa ay sumusubok, nagpapalalim ng ating pananampalataya, at nagpapalapit sa atin sa karunungan at soberanya ng ating Maylalang.

Sa paglalakbay ni Job, natutunan natin na kahit tahimik ang Diyos, hindi Siya kailanman nawawala. Ang Kanyang mga plano ay maaaring hindi natin agad maunawaan, ngunit ang Kanyang pagmamahal ay nananatiling matatag. Hindi lahat ng sagot na hinanap ni Job ay kanyang natanggap, ngunit sa huli, nakatagpo niya ang Diyos sa isang makapangyarihang paraan—napagtanto niyang ang karunungan ng Diyos ay higit sa anumang pang-unawa ng tao.

Gayon din, sa ating mga sariling pagsubok, maaaring hindi natin makuha ang lahat ng kasagutan. Ngunit maaari tayong magpahinga sa katiyakan na ang ating Manunubos ay buhay, at Siya ay tapat na magpapanumbalik, magpapagaling, at magpapatupad ng Kanyang dakilang layunin sa ating buhay.

Nawa'y magsilbing paalala ang aklat na ito na ang katahimikan ay hindi nangangahulugan ng kawalan ng Diyos—sa halip, ito ang madalas na sandali kung kailan Siya gumagawa ng Kanyang pinakamalalim na gawain sa atin.

Sa Kanya ang lahat ng papuri at kaluwalhatian, ngayon at magpakailanman. Amen.

Pasasalamat

Una sa lahat, ibinabalik ko ang lahat ng papuri at karangalan sa Diyos, na ang patnubay at presensya ang nagpatibay sa akin sa bawat hakbang ng paglalakbay na ito. Kahit sa mga sandali ng katahimikan, ang Kanyang katapatan ay kailanman hindi nabigo.

Ang pagsulat ng aklat na ito ay naging isang paglalakbay ng pananampalataya, pagmumuni-muni, at malalim na pagsandal sa karunungan ng Diyos. Nagpapasalamat ako sa lahat ng naging bahagi ng pagbuo ng aklat na ito.

Sa aking pamilya, lalo na sa aking pinakamamahal na asawa, Amy—salamat sa iyong pagmamahal, panalangin, at walang sawang suporta. Ang iyong pananalig at pagpapalakas ng loob ay naging aking sandigan sa mga sandali ng panghihina. Sa aking mga anak at apo, kayo ang aking pinakamalaking biyaya at inspirasyon.

Sa aking pamilya sa pananampalataya sa **City of Grace Christian Church**, sa aking mga kapwa lingkod ng Diyos at mga kapatid kay Cristo—salamat sa inyong panalangin, suporta, at pananampalatayang ating pinagsasaluhan.

Sa mga taong nagtiis ng pagdurusa ngunit nanatiling tapat, ang inyong mga kwento ay nagbigay-inspirasyon sa akin upang isulat ang aklat na ito. Nawa'y magdala ito ng aliw at panibagong pananampalataya sa lahat ng naghahanap ng kasagutan sa gitna ng mga pagsubok sa buhay.

Sa wakas, sa aking mga mambabasa, salamat sa pagsama sa akin sa paglalakbay sa buhay ni Job. Nawa'y matagpuan ninyo ang pag-asa, lakas, at katiyakan na kahit tila tahimik ang Diyos, Siya ay laging kumikilos para sa inyong ikabubuti.

Sa taos-pusong pasasalamat,
W. A. Almilla

Tungkol sa May-Akda

Si **W. A. Almilla**, na kilala rin bilang Kuyawill, ay isang masigasig na mangangaral ng Ebanghelyo at isang dedikadong guro ng katotohanang biblikal. Ginugol niya ang maraming taon sa paglilingkod sa ministeryo, nasaksihan ang mga pagsubok, pananampalataya, at pagtitiis ng mga taong dumaranas ng matinding hamon sa buhay.

Ipinanganak sa Pilipinas, lumipat siya sa Estados Unidos noong 1999 at mula noon ay aktibong nakikibahagi sa ministeryong Kristiyano. Sa kasalukuyan, siya ay isa sa mga pastor sa City of Grace Christian Church sa Las Vegas, Nevada, kung saan patuloy siyang nangangaral, nagtuturo, at nagpapalakas ng loob sa mga mananampalataya sa kanilang paglalakad sa pananampalataya.

Ang kanyang mga isinulat ay nakatuon sa malalim na pag-unawa sa Kasulatan, pagbibigay-liwanag sa karunungan ng Diyos, at pagtulong sa mga mananampalataya na palakasin ang kanilang pananampalataya. Ilan sa kanyang mga naunang aklat ay:

1. *Matthew Unveiled: A Comprehensive Study Guide*
2. *The Wisdom of Jesus: A Journey Through Parables*

3. *Why Me Lord: Finding Purpose in Suffering and Faith*
4. *The Seeds of Purpose: A Journey Through the Soil of Life*
5. *When God Seems Silent: Lessons from Job*

Sa aklat na *"Kapag Tila Tahihimik Ang Diyos: Mga Aral Mula kay Job"*, (*When God Seems Silent: Lessons from Job*), tinutugunan niya ang isa sa pinakamahirap na aspeto ng pananampalataya—ang pagtitiwala sa Diyos sa gitna ng pagdurusa. Sa pamamagitan ng kwento ni Job, nagbibigay siya ng pag-asa at lakas sa mga taong nasa panahon ng katahimikan, ipinaalala na ang layunin ng Diyos ay higit sa anumang sakit na ating nararanasan.

www.ingramcontent.com/pod-product-compliance
Lightning Source LLC
LaVergne TN
LVHW010810051026
849532LV00007B/2501
* 9 7 9 8 3 4 8 5 5 2 9 2 3 *